பெரியார்
வாழ்ந்து கொண்டிருக்கிறார்

முனைவர் தி. நெடுஞ்செழியன்

நாற்கரம்

Periyaar Vaazhndhukondirukkiraar
Dr. T. Nedunchezhiyan ©
Published by Naarkaram
First Edition : Dec. 2021
Naarkaram First Edition : July 2025
Layout : Yaameen Graphic
Cover Art - Prem Davinci

Naarkaram
(An imprint of Hexagon Media House)
7A, Ranganathan Street, Selaiyur,
Chennai 600073

Phone: 9551065500
Mail: naarkaram@outlook.com
Website: hexamedia.in

ISBN : 978-93-48936-63-9
Title No: HM-075-N-59
Pages: 140
Rs. 180 /-

All rights reserved. No part of this publication may be reproduced, stored and transmitted in any form or by any means, physic, electronic, digital, photocopying, recording or otherwise, without prior permissio of the publisher

என்னுரை

சுவடு மின்இதழ் பொறுப்பாசிரியர் தோழர் நல்லு இரா.லிங்கம் அவர்கள் பெரியாரியச் சிந்தனையில் ஆழங்கால் பட்டவர். சுவடு மின்இதழில் 'பெரியார் பக்கம்' என்ற தலைப்பில் பெரியாரியச் சிந்தனைகள் காலத்தின் தேவை என்பதை மைய இழையாக வைத்து ஒரு தொடர் எழுதவேண்டும் என்று என்னிடம் கேட்டுக்கொண்டார். 'கரும்பு தின்னக் கூலியா?' எனும் மனநிலையோடு பெரியார் பக்கம் எழுதத் தொடங்கினேன். பெரியாரின் கோட்பாடுகளும் சிந்தனைகளும் தமிழர் வாழ்வியலோடு உள்பிணைப்பு கொண்டவை என்பதை மையமிட்டே இந்நூலில் 21 கட்டுரைகள் எழுதப்பட்டன. பெரியார் காலத்தில் வாழ்ந்தேன் என்பதைவிட, பெரியாரைப் பலமுறை நேரில் பார்த்துள்ளேன், அவரின் சொற்பொழிவுகளையும் கேட்டுள்ளேன் என்பதைப் பெருமையாகக் கருதுகிறேன். என் வாழ்வியலின் அடிக்கல்லாகப் பெரியாரியச் சிந்தனைகள் அமைந்துள்ளன.

பெரியாரின் சிந்தனைகள் என் குடும்பத்தில் தாய், தந்தை தொடங்கி தமக்கைகள், சகோதரர்கள் வரை நல்விளைவுகளை ஏற்படுத்தியுள்ளன என்பதோடு சமூகத்திலும் அவை பெரும் விளைவுகளை ஏற்படுத்தியுள்ளன என்பதை இந்நூலில் பதிவு செய்துள்ளேன். பெரியார் குறித்து நான் படித்த பல கட்டுரையின் சாரங்களையும் பதிவு செய்துள்ளேன். உலகச் சிந்தனையாளர்களில் தந்தை பெரியார் மட்டுமேமுதன்மைபெற்றுத்திகழ்கிறார். காரணம், மண் விடுதலையை விடவும் பெண் விடுதலையை முதன்மைப்படுத்தியதுதான். பெரியார் மீதான புனைவுகள், கட்டுக்கதைகள் இன்றும் சமூக ஊடகங்களில் பரப்பப்பட்டு வருகின்றன. இதன் மீதானதொரு தெளிவை ஏற்படுத்தும் வகையிலும் சில கட்டுரைகளைப் பதிவு செய்துள்ளேன்.

பெரியாரைப் பேசிக் கொண்டே இருக்க வேண்டும். பெரியாரியச் சிந்தனைகள், எல்லாக் காலத்திலும் தோன்றும் எல்லா சமூக நோய்களையும் தீர்க்கும் அருமருந்து என்பதைப் பதிவு செய்து கொண்டே இருக்கவேண்டும். பதிவு செய்வதைத் தவிர்த்தால் புனைவுகள், கட்டுக்கதைகள் உண்மையே என்று எண்ணத் தோன்றிடும் ஊறு நிகழ்ந்துவிடும். எனவே பெரியாரியச் சிந்தனை களைப் போற்றுவோம். பகுத்தறிவுடன் பெருவாழ்வு வாழ்வு வாழ்வோம்.

என்னை எழுதத் தூண்டிய சுவடு மின் இதழுக்கும், அருமையான அட்டை ஓவியம் தந்த தோழர் பிரேம் டாவின்ஸி அவர்களுக்கும் நூலைச் சிறப்பாக வடிவமைத்துத் தந்த தோழர் காதர் அவர்களுக்கும் சிறப்பான அணிந்துரை அளித்த முனைவர் மு. சு. கண்மணி அவர்களுக்கும் என் மனமர்ந்த நன்றி.

தமிழன்புடன்,

தி. நெடுஞ்செழியன்

இந்நூல்

திராவிட இயக்கச் சிந்னையாளர், திருச்சி, வேங்கூர்

புலவர் க. முருகேசன் அவர்களுக்குப்

படைத்தளிக்கப்படுகிறது.

அணிந்துரை

சுவடு மின்இதழில் பேராசிரியர் முனைவர் தி.நெடுஞ்செழியன் அவர்கள் 'பெரியார் பக்கம்' என்னும் பெயரில், பெரியாரியச் சிந்தனைகளைப் பகிர்ந்து வந்தார். அக்கட்டுரைகள் தற்போது 'பொரியார் வாழ்ந்து கொண்டிருக்கிறார்' என்னும் பெயரில் நூலாக்க பெற்றுள்ளன. நூலாசிரியர் முனைவர் தி.நெடுஞ்செழியன் அவர்கள், ஒரு பன்னாட்டுக் கருத்தரங்க ஒருங்கிணைப்பாளராக எனக்கு அறிமுகமானார். இலங்கையில் நடைபெற்ற அக் கருத்தரங்க நிகழ்வு இன்றும் பசுமரத்து ஆணிபோல் மனதில் பதிந்துள்ளது. எனெனில், கருத்தரங்க நிகழ்வுடன் ஈழத்தமிழர் வாழ்விடங்களுக்கும் சென்று வந்தோம். அங்கே போரினால் பெற்றோரை இழந்த குழந்தைகளைக் காக்கும் முகாம்களுக்குச் சென்று வந்தது மிகவும் நிறைவாய் இருந்தது.

பயணம் என்றால் சுற்றுலாத் தலங்களுக்குச் செல்லுதல் அல்லது வழிகாட்டுத் தலங்களுக்குச் செல்லுதல் என்பதைத் தாண்டி, உணர்வுள்ள பயணமாக அமைந்ததற்குக் காரணம் கருத்தரங்க ஏற்பாட்டாளர்கள்தாம். ஒத்த உணர்வுள்ளவர்களைச் சந்தித்தால் ஏற்படும் மனகிழ்ச்சி என்பது அளவிடற்கரியது. அந்த மகிழ்ச்சி அய்யா நெடுஞ்செழியன் அவர்களுடன் எப்பொழுது பேசினாலும் கிட்டும். 'பெரியார்' என்ற பெயரைச் சொல்லும்போதே அகமகிழ்ந்து அவர்கள் பேசும் பேச்சு, தொலைத்தொடர்பாயினும் பயண நேரங் களாயினும், பலநாள் பழகிய மனிதர் போன்று எண்ணத் தோன்றும். இன்னும் சொல்லப்போனால் 'பெரியார்'தான் எங்கள் நட்பிற்கு அடிநாதம்!

இந்நூலில் இருபது தலைப்புகள் உள்ளன. அனைத்தும் புனைவாக எழுதியவை அல்ல. மாறாக, அவர் உள்ளத்தில் உறைந்து கிடக்கும் நிகழ்வுகளின் வடிவங்கள், பெரியார் சொன்ன செய்திகள்,

வாசித்துத் தெளிந்த படைப்புகள் ஆகியவற்றை உள்வாங்கி, புரிதலின் அடிப்படையில் தன் சொந்த நடையில் கொடுத்துள்ள பாங்கு அழகு. சிறு வயதில் பெரியாரைப் பார்த்தபொழுது, குழந்தை மனதில் பதிந்துபோன பெரியாரும் பக்குவமான மனதில் பதிந்துபோன பெரியாரின் சிந்தனைகளும் இவர் எழுத்துக்களில் வெளிப்படும் பாங்கில், இயல்பான நடையில் உண்மையை விளக்கியுள்ளதை அறியமுடிந்தது.

பெரியார் சிந்தனைகளை உள்வாங்கி அவற்றை வாழ்விலும் நடைமுறைப்படுத்திக் கொண்டிருக்கும் ஒவ்வொரு மனிதரின் செயல்பாட்டிலும் பெரியாரைக் காணுவதாகக் குறிப்பிடுகின்றார். தானும் பெரியாரை 5 வயதில் அறிந்து, 16 வயதில் புரிந்துகொண்டு, தற்பொழுது 60 வயதாயினும் பெரியாரியச் சிந்தனையில் வழுவாமல் வாழ்வதாகக் குறிப்பிடுகின்றார். 5 வயதில் பெரியாரைச் சந்தித்த முதல் சந்திப்பில் பெரியாரின் வளர்ப்பு நாயின் மீது கவனம் கொண்ட அவரை, பெரியாரின் சிந்தனைகள் எப்படி படிப்படியாக ஈர்த்தன என்பதைக் குறிப்பிடும்பொழுது, ஒவ்வொரு மனிதருக்குள்ளும் பெரியார் இப்படித்தான் பரிணாமம் பெற்றிருப்பார் என்பதை அறிந்துகொள்ள வழிவகுக்கின்றது. பக்குவமில்லாத மனது ஈர்க்கப்படும் விதமும், பக்குவம் அடைந்தபின் மாற்றம் அடையும்ம திறமும் அனைவரையும் சிந்திக்கத் தூண்டும் இடங்கள்.

நூலாசிரியரின் தாயார் லோகம்பாள் அவர்களின் முற்போக்குச் செயல்பாடுகள் நம்மைப் பெரிதும் வியக்க வைக்கின்றன. இன்று தன்னையும் அறியாது மரபுகளுக்குள் கட்டுண்டு கிடக்கும் பெண் களிடையே, அம்மா லோகம்பாள் மடமை நீக்கி, தம் பிள்ளைகளை வளர்த்த விதத்தினை நினைத்தும் நாம் பெருமை கொள்ளமுடிகின்றது. 5 வயதிலேயே லோகம்பாள் தந்தையை இழந்து வாழ்ந்தபோது அவர் மனதில் இயல்பாக உதித்த பகுத்தறிவுச் சிந்தனையைப் பதிவு செய்துள்ளார். 'நான் சாமி கும்பிட வரமாட்டேன்' என்று சிறுமி சொல்லக் கேட்டு,"சாமிய கும்பிடனும். இல்லைன்னா கண்ணை அவிச்சிடும்" என்று தாய் கூற, 'கண்ணவிஞ்சி நின்னு தடவினாலும் சரி, நான் சாமி கும்பிட மாட்டேன். சாமி இருந்தா நம் ஐயாவைச் சாகவிட்டுருக்குமா?" என்ற சிறுமியின் பதிலடியில் பகுத்தறிவு மிளிர்கிறது.

தனது மாமியார் மிகுந்த மூடநம்பிக்கையுடன் நடந்துகொண் டாலும் எதிர்ப்பும் இல்லாமலும், ஏற்பும் இல்லாமலும் நடந்து கொண்ட பக்குவம் நிறைந்த மனதுடையவராக தனது தாயார் லோகம்பாள் இருந்தததாகக் குறிப்பிடுகின்றார். பெரியாரியக் கருத்தை ஏற்றுக்கொண்ட தனது தந்தையாருக்கு நிகராகத் தாயும் தீபாவளி போன்ற விழாக்களை மறுத்து வாழ்ந்ததும், தனது பிள்ளை களுக்குச் சுயமரியாதைத் திருமணம் செய்து வைத்ததும், பெரியாரின் பகுத்தறிவுடன் சிறப்பாக வாழ்ந்ததுடன், தனது வழித் தோன்றல் களுக்கும் சிக்கனமாக வாழ்ந்தும், மூடநம்பிக்கையற்று வாழவும் பழக்கப்படுத்திய தனது தாயாரையே 'தாய் பெரியாராகக்' கூறுகிறார் நூலாசிரியர்.

தனது வாழ்க்கையே பெரியாரால் வழிநடத்தப்படுவதை, அவர் 'தன் வரலாற்றுப் பதிவாக'த் தரும் முதல் இரண்டு கட்டுரைகள் நம்மை ஈர்தத பெரியாரியப் பகுத்தறிவுக் கதைகளாகவே மிளிர் கின்றன, 'என்னை வழிநடத்திய முன்னத்தி ஏர்' என்ற தலைப்பிலான கட்டுரை நூலாசிரியரின் பெரியாரிய வாழ்வியலைப் பதிவு செய்வதாக அமைந்துள்ளது. மீதம் உள்ள 17 கட்டுரைகள் தந்தை பெரியாரின் கொள்கைகள், கோட்பாடுகள், அவரைப் பற்றிய முரண்பாடுகள், அதற்கான பதில்கள் என, பெரியாரின் கொள்கை நெறிகளை, தான் உள்வாங்கிய முறையில் அழகாக எடுத்துரைப்பதாக அமைந்துள்ளன.

நூலாசிரியரான பேராசிரியர் அவர்களின் எழுத்தோட்டம் நம்மை மறந்து வாசிக்கத் துணைசெய்வதாக அமைந்துள்ளது. பேராசிரியர் முனைவர் தி.நெடுஞ்செழியன் அவர்களின் எழுத்தோட்டத்தில் பெரியார் வாழ்ந்து கொண்டிருப்பதை உணர வைத்திருக்கிறார் என்றால், அது மிகையில்லா உண்மையாகும்.

வாழ்த்துகளுடன்,

முனைவர் மு.சு.கண்மணி

உதவிப்பேராசிரியர், தமிழ்த்துறை,

ஸ்ரீ சேவுகன் அண்ணாமலை கல்லூரி,

தேவக்கோட்டை, சிவகங்கை மாவட்டம்.

பொருளடக்கம்

பெரியார் வாழ்ந்துகொண்டிருக்கிறார்	- 9
தாயுமானவர் தந்தை பெரியார்	- 13
புரட்சித்தலைவர் தந்தை பெரியார்	- 18
பெரியார் என்னும் அழகிய முரண்	- 25
என்னை வழி நடத்திய முன்னத்தி ஏர்	- 31
கல்வி சுயமரியாதையைத் தரவேண்டும்	- 39
தந்தை பெரியாரும் தீபாவளியும்	- 44
தந்தை பெரியாரும் சாதி ஒழிப்பும்	- 49
பெரியார் எனும் பெரும் நெருப்பு	- 55
பெரியார் என்னும் ஆய்வாளர்	- 62
பெரியார் போற்றிய தமிழர் திருநாள்	- 73
அய்யாவைப் பற்றி அண்ணாவின் எழுத்தில்	- 79
மொழித் திணிப்பும் பெரியார் சிந்தனையும்	- 84
பெரியார் முன்மொழிந்த பெண்ணுரிமை	- 90
பெரியாரின் பகுத்தறிவு மரபு	-97
பெரியாரின் பார்வையில் புத்தம்	- 103
பெரியார் மீதான கீழ்வெண்மணி அவதூறுகளுக்கு மறுப்புகள்	- 107
தந்தை பெரியாரின் தமிழ் உணர்வு	- 112
புரட்சியாளர் பெரியார்	- 117
புரட்சியாளர் பெரியார் -2	- 125
சமத்துவத் தலைவர்	- 135

"ஈ.வே.ராமசாமியாகிய நான், தமிழர்களின் மீதான சூத்திரப் பட்டம் என்னும் இழிவைத் துடைத்தெறிய யாரும் முன்வராத காரணத்தால், நானே அந்தப் பணியை என் தோளில் சுமந்து செல்கிறேன்" என்று தமிழர்களுக்காகத் தானே முன்வந்து பகுத்தறிவுச் சிந்தனைகளை, சுயமரியாதைச் சிந்தனைகளை விதைத்த பெருமைக்குரியவர் தந்தை பெரியார்.

அவரின் பெருமைகள் எதையும் அறியாத 5 வயதில் 1965-இல், மதுரை தமுக்கம் மைதானத்தில் 2 நாள் நடைபெற்ற திராவிடர் கழக மாநாட்டில் முதல்முறையாகப் பெரியாரைப் பார்த்தேன். அப்போது பெரியாரின் எந்தக் கருத்துகளும் என்னை ஈர்க்கவில்லை. ஆண்களும், பெண்களும் என் போன்ற குழந்தைகளும் ஆயிரக்கணக்கில் கூடியிருந்த போது எனக்கு ஏதோ ஒன்று புரியத் தொடங்கியது. மாநாடு காலையில் தொடங்கியது. பலரும் உரையாற்றிக் கொண்டிருந்தார்கள். திராவிடர் கழகத் தோழர்கள் மேடையில் இருந்த பெரியாரிடம் சென்று, அவரை வணங்கி, அவர் கையில் கட்சி வளர்ச்சி நிதிக்கு, விடுதலை வளர்ச்சி நிதிக்கு என்று ஒரு ரூபாய் முதல் 10 ரூபாய் வரை கொடுத்துக் கொண்டிருந்தார்கள். பெரியார் எல்லாருக்கும் வணக்கம் சொல்லி வளர்ச்சி நிதியை வாங்கிக் கொண்டிருந்தார். என்போன்ற சிறுவர், சிறுமியர் வளர்ச்சி நிதி கொடுத்தபோது, சிறுவர்களை "வாங்க ஐயா", என்றும் சிறுமியை "வாங்க அம்மா" என்றும் விளித்தார். வளர்ச்சி நிதியைப் பெரியார் கையில் கொடுத்தபோது, சிறுவர்களின் கரங்களைத் தன் கரங்களில் பிடித்துக் கொண்டு முத்தம் கொடுத்துக் கொண்டிருந்தார்.

பெரியார்
வாழ்ந்து கொண்டிருக்கிறார்

5 வயதிலிருந்து நான் என் மூத்த சகோதரி செண்பக வல்லியின் வீட்டில் திருச்சி வரகனேரி பெரியார் நகரில் வாழ்ந்து வந்தேன். என் சகோதரியின் கணவர் என் மாமா ஒ.வேலு அவர்கள் (80களில் திருச்சி நகரத் தி.க. துணைத் தலைவர் பொறுப்பிலிருந்தார்) என்னை மதுரை மாநாட்டிற்கு அழைத்துச் சென்றிருந்தார். பெரியார் சிறுவர்களுக்குக் கைகளில் முத்தம் கொடுப்பதைப் பார்த்து, என் கையில் 25 பைசா கொடுத்து, பெரியாரிடம் கொடுக்கச் சொன்னார். நானும் மேடைக்குச் சென்றேன். பெரியாரை நெருங்கியவுடன், பெரியார் என்னைப் பார்த்து, "வாங்க அய்யா" என்று கைகூப்பி வரவேற்றார். நானும் பதிலுக்கு வணக்கம் சொல்லிவிட்டு, நன்கொடையாக 25 பைசாவைப் பெரியாரின் கைகளில் கொடுத்தேன். என் இரு கரங்களையும் பெரியார் பற்றிக் கொண்டு, கரங்களில் முத்தம் கொடுத்தார். அந்த நேரத்தில் பெரியாரைவிடவும் எனக்கு மிகவும் பிடித்துப்போனது, அவரின் இருபக்கங்களிலும் இருந்த நாய்கள்தான். பெரியாரிடமிருந்து விலகிச் சென்ற நான், இருபக்கங்களிலும் இருந்த நாய்களின் தலைகளைத் தடவிக் கொடுத்தேன். பெரியாரும் ஒன்றும் சொல்லவில்லை. மேடையை விட்டு இறங்கி மக்களோடு மக்களாக மாநாட்டு மணலில் அமர்ந்தேன். என் பார்வைகள், சிந்தனைகள் அனைத்தும் பெரியாருக்குப் பக்கத்திலிருக்கும் நாய்கள் மீதே இருந்தன.

பகல் உணவு இடைவேளைக்கு, பெரியார் மேடையிலிருந்து வெளியே சென்றார். நாய்களும் பெரியாருடன் சென்றன. மாநாட்டு நிகழ்ச்சியில் கலந்துகொள்ள மீண்டும் தமுக்கம் மைதானத்திற்கு வேனில் வந்தார். வேன் நின்றவுடன் கதவுகள் திறக்கப்பட்டவுடன் அந்த இரண்டு நாய்களும் மேடையே நோக்கி வந்து பெரியார் அமரும் இடத்தின் வலப்புறம் இடப்புறம் அமர்ந்து கொண்டன. பின்புதான் பெரியார் வந்தார். மாலை நேரத்தைத் தாண்டி இரவு 7.00 மணியளவில் பெரியார் பேசத் தொடங்கினார். இரவு 9.00 மணிக்குப் பெரியார் தன் உரையை முடித்தார். அதுவரை அந்த நாய்கள் பெரியாரை விட்டு அகலவில்லை. சிறுநீர் கழிக்கவோ, உணவு அருந்தவோ அந்த நாய்கள் செல்லாதது என்னை பிரமிக்க வைத்தது. பெரியாரின் கருத்துகளால் மனிதர்கள் பெரியார் மீது அன்பு வைக்கிறார்கள் என்பதைப் புரிந்துகொண்ட என்னால், நாய்கள் ஏன் பெரியார் மீது இவ்வளவு அன்பு செலுத்துகின்றன என்பதை அப்போது புரிந்துகொள்ள முடியவில்லை.

தொடர்ந்து பெரியார் பற்றிய செய்திகள் ஒளிப்படங்கள் வழியாக "தந்தை பெரியார், தான் உணவு முன் நாய்களுக்கு உணவு வைக்கச் சொல்லுவார். நாய்களைக் கட்டிப் பிடித்தபடி படுக்கையில் அமர்ந் திருப்பார். மணியம்மை அவர்களும் பெரியார் நாய்களிடம் கட்டிய அன்புக்கு நிகராகவே அன்பு காட்டினார்" என்ற செய்திகளை

அறிந்தேன். நாய் மனிதர்களிடம் அன்பு காட்டக்கூடிய விலங்கு. எளிதில் மனிதர்களிடம் பழகிவிடும் தன்மை கொண்டது. மனிதர்கள் பிரம்மாவின் தலையிலும், தோளிலும், தொடையிலும், காலிலும் பிறந்ததாக மனுஸ் மிருதி சொல்வதாய்ப் பிறப்பில் வேற்றுமை பாராட்டுபவர்கள் குறிப்பிடு வார்கள். இதைக் கடுமையாகத் தந்தை பெரியார் எதிர்த்தார். அந்தக் காலத்து அரிஜன்கள் இந்தக் காலத்துத் தலித்துகள் பெரியாரிடம் சென்று, "ஐயா, தலையில் பிராமணனும், தோளில் சத்திரியனும், தொடையில் வைசியனும் காலில் சூத்திரனும் பிறந்ததாகச் சொல்லப்படுகின்றது. நாங்கள் எங்கே ஐயா பிறந்தோம்" என்ற கேள்விக்குத் தந்தை பெரியார், "அவர்கள் பிறக்கக்கூடாத இடத்தில் பிறந்துள்ளார்கள். நீங்கள்தான் பிறக்கவேண்டிய இடத்தில் பிறந்தவர்கள்" என்று கோபமும் கேலியுமாய்ப் பதில் கூறியுள்ளார்.

நாயைப் பைரவன் என்று கடவுளின் வாகனமா வைத்திருந்தாலும் புராணங்களிலும், பக்தி இலக்கியங்களிலும் நாய் என்பது இழிவு பொருளில் தான் அழைக்கப்பட்டு வந்துள்ளது. கடவுளின் முன்பு நாயினும் கீழானவன் என்னும் பொருள்பட "நாயினும் கடையேன்" என்று பக்தி இலக்கியங்களில் பதிவுகள் உள்ளன. மனிதர்கள் சமமாக நடத்தப்பட வேண்டும். ஏற்றத் தாழ்வுகள் இருக்கக்கூடாது என்பதை வாழ்நாள் முழுவதும் பரப்புரை செய்த பெரியார் நாய்களை மனிதர்களுக்கு இணையாக மதித்துள்ளார். நாய்களும் பெரியாரின் பண்பை மதித்திருக்கின்றன என்பதை நாய்கள் காட்டிய அன்பின் வழியாகப் பின்னாளில் என்னால் உணர்ந்து கொள்ள முடிந்தது.

1969-இல் பேரறிஞர் அண்ணா மறைந்தபோது என் சகோதரி, மாமாவோடு லாரியில் திருச்சி வரகனேரியிலிருந்து பிப்.3ஆம் நாள் இரவு சென்னைக்குச் சென்றோம். லாரியில் ஆண்கள் பெண்கள் எனச் சுமார் 50 பேர் இருந்தார்கள். அனைவரும் சென்னை செல்லும் வரை அழுதுகொண்டே வந்தார்கள். சென்னை சென்று சேர்ந்தும் அழுது கொண்டே இருந்தார்கள். என் சகோதரியும் இதில் அடக்கம். அண்ணா வின் உடல் அடக்கம் செய்யப்படும் வரை யாரும் சாப்பிடவில்லை. அண்ணாவிற்கு இறுதி அஞ்சலி செலுத்த வந்த கூட்டம்தான் எனக்கு அரசியலைப் புரிய வைத்தது. அண்ணா மறைந்தபோது தந்தை பெரியார், "என் தலைமகனை இழந்து புத்திர சோகத்தில் இருக்கிறேன்" என்று வெளி யிட்ட அறிக்கையின் வழியாக அண்ணா வையும் பெரியாரையும் புரிந்து கொண்டேன். அப்போது எனக்கு 9 வயது.

தொடர்ந்து பெரியார் கூட்டங்களுக்கு, மாநாடுகளுக்குச் செல்வது என்பது என் வழக்கமாகிவிட்டது. பகுத்தறிவுக் கண் காட்சியில் புராணக்

குப்பைகளைச் சாடி வரையப்பட்ட ஓவியங்களைப் பார்த்து என் அறிவை, அறிவியல் உணர்வை வளர்த்துக் கொண்டேன். அப்போது தொடங்கித்தான் பெரியாரின் நாய்களிடமிருந்து என் பார்வையை விலக்கிக் கொண்டு, பெரியாரின் கருத்துகள் மீது கவனம் கொண்டேன்.

திமுகவிற்காக 1971இல் என் தந்தை மற்றும் சகோதரர்களோடு 1971இல் சட்டமன்றத் தேர்தலில் எங்கள் திருவெறும்பூர் சட்டமன்றத் தொகுதியில் திமுகவுக்கு ஆதரவாக உரையாற்றினேன். பெரியாரின் பேச்சுகளையும், திராவிடர் கழகச் சிறு வெளியீடுகள் வழியாகப் பெரியாரை முழுமையாக அறிந்துகொண்டேன். 1973 டிசம்பர் 24ஆம் தேதி பெரியார் இயற்கை எய்தினார். அப்போது 9ஆம் வகுப்பு படித்துக் கொண்டிருந்தேன். பெரியாரின் மறைவு செய்திக் கேட்டு எல்லாரும் அழுதுகொண்டிருந் தார்கள். ஒரு மரணத்திற்காக நான் முதன்முறையாக அழுதது தந்தை பெரியாருக்காகத்தான். அன்று இரவு திருச்சியிலிருந்து இரயில் மூலம் பெரியாருக்கு இறுதி அஞ்சலி செலுத்த இரயில் மூலம் சென்றோம். என் சகோதரர்களும் வந்திருந்தனர். இறுதி அஞ்சலி நிகழ்ச்சிக்கு எங்களோடு வந்திருந்த வரகனேரி மருதமுத்து நெரிசலில் சிக்கி மரணம் அடைந்தார். பெரியார் மரணமும் எங்களின் உறவினர் மருதமுத்துவின் மரணமும் எங்களைப் பெரும் வருத்தம் கொள்ளவைத்தது.

பெரியாரை 5 வயதில் அறிந்த நான் 10 வயதில் முழுமையாகப் புரிந்துகொண்டேன். இப்போது எனக்கு வயது 60. பெரியாரியச் சிந்தனைகளிலிருந்து வழுவாமல் நழுவாமல், பெரியாரியச் சிந்தனைகளை வாழ்வின் அடிப்படையாகக் கொண்டு வாழ்ந்து வருகிறேன்.

என்னை வளர்த்த என் மாமா ஒ.வேலு அவர்கள் பொன்மலை இரயில்வேயில் பணியாற்றி 80களில் ஓய்வு பெற்று, திராவிடர் கழகப் பணிகளில் முழுமையாக ஈடுபட்டார். பின்னர் 1992ஆம் ஆண்டு பெரியார் மறைந்த டிசம்பர் 24ஆம் நாள் காலை 7.00 மணிக்குப் பொன்மலை மருத்துவமனையில் இயற்கை எய்தினார். பெரியார் எங்கள் வாழ்வோடு இணைந்து எங்களோடு வாழ்ந்து கொண்டிருக்கிறார் என்றால் மிகையில்லா உண்மையாகும்

"பெண்ணே... உன் தாயின் கருப்பையில் கருக்கொண்டு நீ வளர்ந்திருக்கலாம். என்றாலும் உன்னைப்பெற்றது பெரியார்" என்ற வரிகளை 'ஈரோடு நெஞ்சின் உயிரோடு' என்னும் தொடர் கட்டுரையில் எழுத்தாளர் பிரபஞ்சன் எழுதிய வரிகளைப் படித்து, 'பெரியார் என்னும் ஆண் எப்படிப் பெண்களைப் பெற்றெடுத் திருக்க முடியும்?' என்ற கேள்விகள் அப்போது என்னுள் எழுந்தன. வாழ் வியல் அனுபவங்களின் வழியாகத் தந்தை பெரியார் தாயாகவும் பரிமாண மாற்றம் பெற்றிருக்கிறார் என்றும், பிரபஞ்சன் சொன்னது உண்மைதான் என்பதையும் உணர்ந்தேன்.

திருச்சிராப்பள்ளி மாவட்டம், திருவெறும்பூர் வட்டம் கீழக்கல் கண்டார்கோட்டை கிராமம் வடக் குத் தெருவில் (தற்போது பெரியார் தெரு) ஜெகதீசன் - வெள்ளதாங்கி இணையருக்கு செவந்திலிங்கம், முத்துக்குமார் என்னும் இரு மகன் களை அடுத்து 1918-இல் ஒரு பெண் குழந்தை பிறந்தது. அதற்கு லோகம் பாள் என்று பெயர் வைத்தனர். லோகம்பாள் 5 வயதை அடையும் போது தந்தை ஜெகதீசன் இறந்து விட்டார். இதனால் விதவையான தன் தாயை உற்றார் உறவினர்கள் மங்கல நிகழ்ச்சிகளில் புறந்தள்ளு வது கண்டு லோகம்பாள் என்னும் அந்தச் சிறுமி கவலை கொண்டார்.

தாயுமானவர் தந்தை பெரியார்

திருமலை

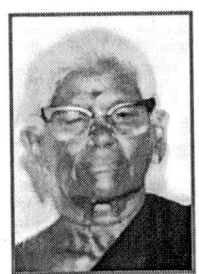
லோகம்பாள்

ஆனால் அவரின் தாயோ, 'எல்லாம் கடவுள் விட்ட வழி' என்று மிகுந்த இறை நம்பிக்கை கொண்டு வாழ்ந்து வந்தார். சமயபுரம் மாரியம்மன் திருவிழாவிற்குத் தன்னை இடுப்பில் சுமந்து தாய் நடந்து செல்வது பிடிக் காமல் "நான் சாமி கும்பிட வரமாட்டேன்" என்று சிறுமி சொல்லக் கேட்டு, "சாமிய கும்பிடணும் இல்லைன்னா கண்ணை அவிச்சிடும்" என்று தாய் கூற, 'கண்ணவிஞ்சி நின்னு தடவினாலும் சரி, நான் சாமி கும்பிட மாட்டேன். சாமி இருந்திருந்தா நம்ம ஐயாவை (அப்பா) சாக விட்டிருக் குமா'? என்ற சிறுமியின் பதிலடியால் தாய் திகைத்துப் போயுள்ளார்.

சிறுமி லோகம்பாள் 12 வயதை அடையும்போது, உள்ளூரில் திருச்சி கோட்டையில்(தெப்பக்குளம் பிஷப் ஹீபர் பள்ளி) 9ஆம் வகுப்பு படித்துக் கொண்டிருந்த 14 வயதான திருமலை என்னும் மாணவனுக்குத் திருமணம் செய்து வைத்தனர். இது அந்தக் காலக் குழந்தை மணம்தான். லோகம்பாள் 18 வயதில் 'வயதுக்கு வருதல்' என்னும் 'பூப்பெய்தல்' அடைந்தார். அதன் பின்னர் தன் கணவர் வீட்டிற்கு 1936ஆம் ஆண்டு வந்து இல்லறம் எனும் நல்லறத்தை மேற்கொண்டார். 1937 ஆம் ஆண்டு சண்பகவல்லி என்னும் பெண் பிள்ளையைப் பெற்றெடுக்கிறார் லோகம்பாள். தொடர்ந்து 7 ஆண் பிள்ளைகள் ஒரு பெண் பிள்ளை என 9 பிள்ளைகளைப் பெற்றெடுத்தார்.

1940-ஆம் ஆண்டு வாக்கில் லோகம்பாளின் கணவர் திருமலை, சேலத்தில் இரயில்வே துறையில் வேலை கிடைத்துப் பணிக்குச் சென்று விட்டார். கணவர் வாரம் அல்லது மாதம் ஒருமுறைதான் இல்லம் வருவார். 1942-இல் திருமலைக்கு இரயில்வே பணியில் ஈரோட்டுக்கு மாற்றம் கிடைத்தது. ஈரோட்டில் பணியாற்றிக் கொண்டிருக்கும்போது திருமலை பெரியாரைச் சந்தித்தார். பெரியரோடு கடவுள் நம்பிக்கை, பகுத்தறிவு, சுயமரியாதை, தன்மானம் போன்ற பல செய்திகளை உரையாடியதில், திருமலைக்குப் பெரியாரியச் சிந்தனையில் தெளிவு கிடைத்தது. திருச்சி திரும்பிய திருமலை தன் தம்பி அருணாசலத்திற்குப் பார்ப்பனப் புரோகிதத் திருமணத்தை மறுத்துச் சுயமரியாதை திருமணம் செய்து வைத்தார். திருமலையின் தாய் வள்ளியம்மை மிகுந்த சாமி பக்தி என்பதை விடப் சாமி மீது பைத்தியம் கொண்டவர் என்றால் பொருத்தமாக இருக்கும். வள்ளியம்மை வானத்திற்கும் பூமிக்கும் குதித்து, மகனின் நாத்திகக் கொள்கைக்கு எதிர்ப்பு தெரிவித்தார். மாமியாரின் மூட நம்பிக்கைக்கு மருமகள் லோகம்பாள் ஆதரவும் எதிர்ப்பும் இல்லாமல் நடந்துகொண்டார். திருமலைக்கு மனைவியின் நடுநிலை என்ற பெயரில் கிடைத்த ஆதரவு மகிழ்ச்சியைத் தந்தது. மகனுக்கு ஆதரவு நிலை எடுத்த மருமகளுக்குக் கடவுள் நம்பிக்கையின் பெயரால் கொடுமைகளை மாமியார் செய்தார். செவ்வாய், வெள்ளி என்றால் வீட்டைச் சாணமிட்டு

மெழுகவேண்டும். இடையில் மாதப் பிறப்பு, அமாவாசை, கிருத்திகை, ஆடி 18 போன்ற நாட்களின்போதும் வீடு மெழுகப்பட வேண்டும் என்ற மாமியாரின் வாய்மொழி உத்தரவு லோகம்பாளுக்கு வேலைப்பளுவை அதிகமாக்கியது.

அதிகாலை எழுந்து பால் கறப்பது, பால் விற்றுவருவது, பள்ளி செல்லும் பிள்ளைகளுக்குக் காலை உணவு சமைப்பது, பகல் உணவைக் கட்டிக் கொடுப்பது, பின்னர் வயலுக்குச் செல்வது, மாட்டுக்குப் புல் அறுத்துக் கொண்டு வருவது, பிள்ளைகளின் துணிகளைத் துவைப்பது, நண்பகலில் கொஞ்சம் உறக்கம், மாலையில் பால் கறப்பது, விற்பனை செய்வது, இரவு உணவு சமைப்பது, பிள்ளைகளுக்குப் பரிமாறுதல், இரவு சாப்பிட்ட தட்டுகளைக் கழுவி உறங்க இரவு 11.30 மணியாகிவிடும். ஒரே அச்சில் சுழலும் பூமியாக லோகம்பாள் சுழன்று சுழன்று பணியாற்றிக் கொண்டிருப்பார். ஈரோட்டிலிருந்து திரும்பும் மகனிடம் வள்ளியம்மை மருமகள் வீடு மெழுகாமையைப் பற்றி புகார் கூறினார். ஒவ்வொரு வாரமும் செவ்வாய், வெள்ளி என இரண்டுமுறை மெழுகினால் போதும் என்ற பதில் கேட்டு வள்ளியம்மை பத்திரகாளியாய் உருமாறி மகனைத் திட்டித் தீர்த்தார். மாமியாரை வென்ற மகிழ்ச்சியோடு மருமகள் இருக்க, 1952இல் வள்ளியம்மை மரணம் அடைந்தார். 1954இல் திருச்சி பொன்மலை இரயில்வே பணிமனைக்கு மாற்றல் பெற்றுச் சொந்த ஊர் வந்துவிட்டார் திருமலை. திருமலையின் பெரியாரியச் சிந்தனையின் மீது, பள்ளிக்கூடம் சென்று கல்வியறிவு பெறாத லோகம்பாளுக்கு ஏதோ ஒருவகையில் ஈர்ப்பு ஏற்பட்டது. இதனைத் தொடர்ந்து வீட்டில் எந்த விழாக்களும் கிடையாது. தீபாவளியின்போதும்கூடப் பிள்ளைகளுக்குப் புதிய உடைகள் கிடையாது. சிறப்புப் பலகாரங்களும் கிடையாது என்ற பெரியாரியச் சிந்தனை வயப்பட்ட எளிமையான வாழ்வு லோகம்பாளுக்கு பிடித்துப்போய் விட்டது. அதுவே வாழ்வு முறையாகவும் மாற்றம் பெற்றது.

திருமலை - லோகம்பாள் இணையரின் முதல் மகள் செண்பக வல்லிக்கும் வரகனேரி வேலு என்னும் பெரியாரியத் தொண்டருக்கும் 1955இல் தாலி மறுத்த சுயமரியாதைத் திருமணம் நடைபெற்றது. தொடர்ந்து மகன்கள் இராசகோபால், செல்லப்பன், அன்பழகன், மதியழகன், சாக்ரடீஸ், அறிவழகன், நெடுஞ்செழியன் ஆகியோரின் திருமணங்களும் பெரியாரிய வழியில் தாலி மறுத்த சுயமரியாதை திருமணங்கள்தான். இளைய மகள் காந்திமதியின் திருமணம் மட்டும் தாலி அணிவித்த திருமணமாக நடைபெற்றது. படித்து, அரசு வேலைக்குச் சென்று, அனுபவ அறிவு கொண்ட திருமலையின் பெரியாரியச் சிந்தனை

களை லோகம்பாளும் பின்பற்றினார். மூடநம்பிக்கை இல்லாமலும், சாமி, கோயில், திருவிழா, பண்டிகை என்ற மிகைச் செலவுகள் செய்யாமலும் பிள்ளைகளுக்கு நல்ல தரமான கல்வியைக் கொடுத்து, பல்கலைக்கழகங் களில் பட்டங்களைப் பெறவைத்து, ஏழுபேரும் அரசுப் பணியில் அமர்ந் தார்கள். லோகம்பாளின் சிக்கன வாழ்க்கை முறையை, மூடநம்பிக்கையற்ற எளிமையான வாழ்வை அனைத்து மருமகள்களும் இன்றளவும் கடை பிடித்து வருகிறார்கள்.

பெரியாரின் பகுத்தறிவுச் சிந்தனையால் பெருவாழ்வும், உயர்வான வாழ்வும், சிறப்பான வாழ்வும் வாழமுடியும் என்பதற்கு எடுத்துக்காட்டாய் லோகம்பாளின் வாழ்வு முன்னுதாரணமாய் இன்றும் பேசப்பட்டுக் கொண்டிருக்கிறது என்பது பெரியாருக்கு, பெரியாரியச் சிந்தனைக்குக் கிடைத்த வெற்றியாகும். லோகம்பாள் தன் பிள்ளைகளுக்குக் கடவுள் நம்பிக்கையைக் கற்றுத்தரவில்லை. மூடநம்பிக்கையைப் புகட்டவில்லை. விழாக் காலங்களில் இல்லத்தில் செய்யும் தின்பண்டங்களைத் தயாராகிக் கொண்டிருக்கும்போதே பிள்ளைகளைச் சாப்பிடச் சொல்வார் லோகம்பாள். அப்போது பிள்ளைகள், "அம்மா, பெரியாயி (பெரியம்மா) வீட்டில் சாமி கும்புட்டுதானே பலகாரம் சாப்பிடுகிறார்கள். நாம மட்டும் ஏன் சாமி குடும்புடாம பலகாரம் சாப்பிடுகிறோம்?" என்று கேட்டவுடன், தாய் லோகம்பாள், "எனக்கு நீங்கதான் சாமிங்க. சாமிக்குப் படைச்சா சாமியா சாப்பிடப் போகுது? சாமி சாப்பிடாது. சாமி இல்லை. நீங்கதான் என் சாமிங்க, சாப்பிடுங்க" என்று கடவுள் மறுப்பைப் பிள்ளைகளுக்கு ஊட்டினார். தாய் சொல்லைத் தட்டாத பிள்ளைகளாக 9 பிள்ளைகளும் நவரத்தினங்களாக இருந்தன என்பதில்தான் பெரியாரின் சிந்தனை உயிரோட்டம் மிக்கதாக இருந்தது. ஆண் பெறுகிற அறிவு அவன் குடும்பத் திற்குப் பயன்படும். பெண் பெறுகிற அறிவு சமூகத்திற்குப் பயன்படும் என்ற பெரியாரின் சிந்தனைக்கு இலக்கணமாக லோகம்பாள் திகழ்ந்தார். அவர் 92ஆம் அகவையில் 2009ஆம் ஆண்டு இயற்கை எய்தினார். பெற்ற பிள்ளைகளுக்குக் கைரேகையிட்டு வழங்கியிருந்த மரண சாசனத்தின்படி, இந்துமதச் சடங்குகளின்றி அவர் உடல் எரியூட்டப்பட்டது.

1947 ஆகஸ்டு 15ஆம் நாள் இந்தியா விடுதலையடைந்தபோது தந்தை பெரியார், "பெண் விடுதலை கிடைக்காதபோது, மண் விடுதலை கிடைத்து என்ன பயன்? இது துக்கநாள்" என்று அறிவிக்கக் காரணம், அவர் பெண்களைப் பெற்ற தாயாகவும், அறிவுப் பால் புகட்டிய செவிலித் தாயாகவும் இருந்தார் என்பதுதான் முதன்மை காரணியமாகும்.

1938ஆம் ஆண்டு காஞ்சிபுரத்தில் நவம்பர் 13ஆம் நாள் தமிழ்நாட்டுப் பெண்கள் மாநாடு நடைபெற்றது. தமிழ்நாட்டில் பெண்கள் மத ரீதியிலும்,

சாதிய ரீதியிலும், சமூக ரீதியிலும் பல வகையான அடக்குமுறைகளை எதிர்நோக்கி இருந்த சூழலில் இந்தப் பெண்கள் மாநாடு நடைபெற்றது. இந்த மாநாட்டில், இந்தி எதிர்ப்புப் போராட்டத்தில் பெண்களை ஈடுபட வைத்து, பெண்களையும் சமூகத்தின் வளர்ச்சியின் ஒரு அங்கமாக வெளிப் படுத்திய ஈ.வெ.ராசாமிக்கு, 'பெரியார்' என்ற பட்டத்தை அளித்தவர் அன்னை மீனாம்பாள். இந்த வரலாற்றுச் சிறப்புமிக்க நிகழ்ச்சியை பண்டித நாராயணி, வா.பா.தாமரைக்கண்ணி, பா.நீலாம்பிகை, மூவலூர் இராமாமிர்தம், மருத்துவர் தருமாம்பாள் உட்பட்ட பெண்கள் குழு முன்னின்று நடத்தியது. உலகப் புரட்சியாளர்களில் தந்தை பெரியார் ஒருவர் மட்டுமே பெண் விடுதலைச் சிந்தனைகளையும் பகுத்தறிவுச் சிந்தனைகளையும் ஒரே நேர்கோட்டில் இணைத்துப் பயணம் செய்தவர். இன்றைக்கு ஆண்களுக்கு நிகராகப் பெண்கள் எல்லாத் தளங்களிலும், நிலைகளிலும், வேலைவாய்ப்புகளிலும் சிறந்து விளங்கிக் கொண்டிருப் பதற்குத் தந்தை பெரியாரிடமிருந்த தாய்மைப் பண்புதான் அடிப்படை என்பதைப் பெண்ணுலகம் போற்றிக்கொண்டிருக்கிறது.

குறிப்பாக, பிராமணர் சமூகத்தில் பிறந்த பெண்கள், கல்வி, வேலை வாய்ப்பு, மறுமணம் போன்றவற்றில் ஆண்களுக்கு நிகராகச் சமவாய்ப்பு பெறுவதால், அவர்களும் பெரியாரைப் போற்றுவோர் பட்டியலில் அடங்குவர் என்பதில்தான் தந்தை பெரியார் வேறுபாடுகள் கடந்து அனைவருக்கும் தாயுமானவராகத் திகழ்ந்து கொண்டிருக்கிறார் என்ற மிகையில்லா உண்மை அடங்கியுள்ளது.

புரட்சித்தலைவர் தந்தை பெரியார்

"உலகப் புரட்சியாளர்களில் தந்தை பெரியார் மட்டுமே, பெண் விடுதலை, கடவுள் மறுப்பு, சமூக இழிவு, பிறப்பில் வேற்றுமை இவற்றை வேரறுத்தவர். உலகப் புரட்சியாளர்கள் கை வைக்கத் தயங்கிய பண்பாடு மற்றும் தேசியம் குறித்த கருத்தாக்கங்களின் மீதும், அவற்றின் மீது சுமத்தப் பெற்ற புனிதங்களையும் கருத்தியல் ஆயுதம் கொண்டு கட்டுடைத்து எறிந்தவர். இந்தப் பெருமையும் சிறப்பும் உலகப் புரட்சியாளர்களில் தந்தை பெரியார் ஒருவருக்கு மட்டுமே உரியதாகும்" - கவிஞர் கோ. கலியமூர்த்தி, (மாநிலத் துணைத்தலைவர், தமிழ்நாடு கலை இலக்கியப் பெருமன்றம்)

உலகப் புரட்சியாளர்களின் பட்டியலில் இரஷ்யப் புரட்சியாளர் லெனின், சீனப் புரட்சியாளர் மாவோ, கியூபாவின் புரட்சியாளர் ஃபிடல் காஸ்ட்ரோ, சேகுவேரா என்று பட்டியல் உள்ளது. 2000 ஆண்டில் அமெரிக்க "டைம்" இதழ் உலகின் தலைசிறந்த புரட்சியாளர்கள் பட்டியலின் முதலிடத்தில் தமிழீழ விடுதலை வேண்டிப் புரட்சி செய்த வேலுப்பிள்ளை பிரபாகரன் இடம் பெற்றுள்ளார். 2-ஆம் இடத்தில் பாலஸ்தீன

விடுதலைக்குப் புரட்சி செய்த யாசர் அராபத், 3-ஆம் இடத்தில் தென்னாப் பிரிக்காவின் விடுதலைக்குப் புரட்சி செய்த நெல்சன் மண்டேலா ஆகியோர் இடம் பெற்றிருந்தனர். இங்கே பட்டியலிடப்பட்டுள்ள அனைத்துப் புரட்சி யாளர்களும் அதிகாரத்தை எதிர்த்தார்கள், மண் விடுதலையை முன்னிறுத்தி மக்களைத் திரட்டி புரட்சி செய்தார்கள். புரட்சி என்பது ஒரு சமூகத்தின் அனைத்துத் தளங்களையும் தலைகீழாய் புரட்டிப் போடும் போராட்டச் செயல்பாடு என்று குறிப்பிடப்படுகின்றது. புரட்சியின் மூலம் அதிகார மையங்கள் வீழ்ந்தன. மண்விடுதலை சாத்தியப்பட்டது. அத்துடன் அந்தப் புரட்சிகளும் அதன் தொடர்பான சிந்தனைகளும் நிறைவுபெற்றன. ஒரு மாபெரும் புரட்சியின் மூலம் லெனின் கட்டமைத்த சோவியத் ஒன்றிய ருஷ்யா 90களில் காணாமல் போனது. காரணம் அங்கே புரட்சியின் தொடர்ச்சியுமில்லை, சிந்தனையும் இல்லை.

தந்தை பெரியாரின் புரட்சி என்பது முழுக்கமுழுக்கச் சமூகம் சார்ந்ததாக இருந்தது. அயல்நாடுகளில் புரட்சி என்பது அதிகாரம் மற்றும் வர்க்கம் சார்ந்ததாக மட்டுமே இருந்தது. தந்தை பெரியாரின் புரட்சி என்பது சமூகத்தின் அனைத்துத் தளங்களிலும் இருந்தது. உலகலாவிய புரட்சிகளில் இடம் பெறாத மதம், சாதி, பெண்ணுரிமை, இறை மறுப்பு, சமய நல்லிணக்கம், தாழ்த்தப்பட்ட / ஒடுக்கப்பட்ட மக்களின் கல்வி மற்றும் உயர்வு போன்ற தனித்துவமான களங்கள் பெரியாரின் பட்டியலில் இடம் பெற்றிருந்தன.

தன் போராட்டத்திற்கான களங்களைத் தேர்வு செய்யும்போது எதையும் அவர் குழப்பிக்கொள்ளவில்லை. மிகவும் தெளிவாகவும், நேர்மையாகவும் செயல்பட்டார். அதனால்தான் கல்வி அறிவு குறைந்திருந்த, ஊடகங்கள் அரிதாக இருந்த அக்காலத்திலேயே பெரியாரின் எழுத்துகளும் பேச்சுகளும் மக்களைச் சென்றடைந்து எழுச்சியை உண்டாக்கின. பெரியாரின் கருத் துகளை எதிர்ப்போர் செருப்புகளை வீசினார்கள், மலங்களால் அசிங்கப் படுத்தினார். பெரியார் எல்லாவற்றையும் ஏற்றுக்கொண்டு, போராட்டக் களங்களில் பின்வாங்காமல் முன்னேறிக் கொண்டிருந்தார்.

சமூகத்தில் மாற்றங்கள் சாத்தியப்பட்டன. சாத்தியப்பட்ட பல நல் விளைவுகளைத் தந்தை பெரியார் தன் கண் குளிரப் பார்த்து மகிழ்ந்து, தன் இறுதி நாட்களில்,“என் தமிழன் எல்லாத் துறைகளிலும் முன்னேறி விட்டான். எதிர்க்கவேண்டும் என்றால் எதிர்ப்பைத் தெரிவிக்க எழுதும் ஆற்றலைப் பெற்றுவிட்டான். என் முயற்சிகளுக்குப் பலன் கிடைத்துவிட்டது. இனி நான் நிம்மதியாகக் கண்மூடுவேன்” எனக் குறிப்பிட்டுள்ளார். தந்தை பெரியார் முன் வைத்த சமூக மாற்றச் சிந்தனைகள்தான் இதுநாள் வரை எல்லா அரசு களாலும் சட்டமாக வடிவம் பெறுகின்றன என்பதில்தான்

தந்தை பெரியார் சமூக மாற்றத்தின் புரட்சித்தலைவராகத் திகழ்கிறார்.

1925-ல் தமிழ்நாடு காங்கிரஸ் கமிட்டியின் தலைவராகத் தேர்வு செய்யப்பட்டு, பணியாற்றி வந்தார் பெரியார். காங்கிரஸ் கட்சியின் நிதியுதவியில் நெல்லை, சேரன்மாதேவியில் வ.வே.சு.ஐயர் நடத்தி வந்த குருகுலத்தில் பார்ப்பன மாணவர்களுக்கு வெள்ளித் தட்டில் உணவு, வெங்கலப் பானையில் நீர், குடிக்க வெள்ளியில் தம்ளர் இருந்தது. பார்ப்பனர் அல்லாத மாணவர்களுக்கு அலுமினியத் தட்டில் உணவு, மண்பானையில் நீர், குடிக்க மண்ணாலான குவளை என்றிருந்தது. பார்ப்பன மாணவர்களுக்கு உணவாகச் சோறு வழங்கப்பட்டது. பார்ப்பனர் அல்லாத மாணவர்களுக்கு உணவாகக் கஞ்சி வழங்கப்பட்டது. இந்த அநீதி கண்டு பொங்கிய தந்தை பெரியார் காங்கிரஸ் கட்சியின் தலைமைப் பொறுப்பிலிருந்த காந்தியடிகளுக்கு இந்த அநீதி களையப்படவேண்டும்; நீதி நிலை நாட்டப்பட வேண்டும் என்று மடல் எழுதினார். காந்தி தந்தை பெரியாரைச் சமாதானம் செய்யும் வகையில் மடல் எழுதினார். நீதி வழங்கவில்லை என்பதைக் கண்டித்துக் காங்கிரஸ் கட்சியிலிருந்து விலகினார். தமிழன் நாளோடு நடத்திய சேலம் வரதராஜூலு நாயுடு பெரியாரின் கருத்துக்கு ஆதரவான செய்திகளை வெளியிட்டு, மக்களைத் திரட்டினார். பின்னர் குருகுலத்தில் சமபந்தி போஜனம் நடைபெற்றது.

*1924*ஆம் ஆண்டு கேரள மாநிலம் வைக்கத்தில் உள்ள சோமசுந்தர் கோயிலைச் சுற்றியிருந்த தெருக்களில் பார்ப்பனர் அல்லாத மக்கள் (தாழ்த் தப்பட்ட மக்கள் என்பது தவறான புரிதல்) நடப்பதற்கும் கோயிலில் வழிபடுவதற்கும் உரிமை மறுக்கப்பட்டிருந்தது. தந்தை பெரியார் வைக்கம் சென்று போராட்டம் நடத்தினார். இதன் காரணமாகத் தந்தை பெரியார் கைது செய்யப்பட்டு ஒரு மாதகாலத் தண்டனையை அருவிக்குத்தி சிறையில் கழித்தார். சிறையிலிருந்து வெளியே வந்த தந்தை பெரியார் ஒரு வாரம் கழித்து மீண்டும் கைது செய்யப்பட்டு 6 மாதம் தண்டனை வழங்கப்பட்டு, திருவனந்தபுரம் சிறைச்சாலையில் கடினக் காவல் என்ற முறையில் சிறையில் அடைக்கப்பட்டார். திருவாங்கூர் மன்னர் இறந்து விடவே தந்தை பெரியார் 4 மாதங்களில் சிறையிலிருந்து விடுவிக்கப்பட்டு ஈரோடு திரும்பினார். வைக்கத்தில் தந்தை பெரியாருக்குப் சிலை வைக்கப்பட்டது.

*1931*இல் தந்தை பெரியார் மலேசியா சென்று அங்கிருந்து (இந்தியா வுக்குத் தெரியாமல்) ருஷ்யா சென்றார். ருஷ்யாவின் பொதுவுடமைச் சிந்தனை அவரைப் பெரிதும் கவர்ந்தது. அங்கிருந்த தொழில் வளங்களைப் பார்வையிட்டார். ஆண்களும் பெண்களும் இணைந்து பணியாற்றுவதைப் பார்த்து மகிழ்ச்சி கொண்டார். பெண்கள் ஆண்களைப் போலவே

கிராப் வைத்துக் கொண்டும், பேண்ட், சட்டை அணிந்துகொண்டும் பணியாற்றுவதைக் கண்டு மனம் நெகிழ்ச்சி கொண்டார். தமிழ்நாடு திரும்பியவுடன் ருஷ்யா கம்யூனிஸ்ட் கட்சியின் அறிக்கையைத் தமிழில் மொழிபெயர்த்து வெளியிட்டார். பெண்கள் ருஷ்யப் பெண்களைப் போலக் கிராப் வைத்துக் கொள்ளவேண்டும், பேண்ட், சட்டை அணிந்து கொள்ள வேண்டும். பெண்கள் கல்வி கற்க வேண்டும். அதுவும் ஆராய்ச்சிப் படிப்பு வரை படிக்கவேண்டும். பெண்கள் உரிமையோடு வாழ வேண்டும். பெண் களுக்கும் ஆண்களைப் போலச் சொத்துரிமை வழங்கப்பட வேண்டும். பெண்கள் திருமணத்தில் தாலி அணிந்து கொள்ளக்கூடாது. பகுத்தறிவுச் சிந்தனையை வளர்த்துக் கொள்ள வேண்டும். மூடநம்பிக்கையைக் கைக் கொள்ளக்கூடாது என்றெல்லாம் வலியுறுத்திப் பேசியும் எழுதியும் வந்தார். தற்போது 10ஆம் வகுப்பு 12ஆம் வகுப்பு தேர்வில் மாணவர்களைவிட மாணவியர்களின் தேர்ச்சி விகிதம் அதிகரித்துக்கொண்டிருப்பது தந்தை பெரியாரின் சிந்தனைக்குக் கிடைத்த வெற்றி. அதுமட்டுமல்ல, பெண்கள் இன்றைக்குப் பலதுறைகளில் ஆண்களுக்கு நிகராகப் பணியாற்றி வருகின்றனர் என்பதும் குறிப்பிடத்தகுந்தது.

"எனக்கு மத அபிமானமோ, சாதி அபிமானமோ, மொழி அபிமானமோ கிடையாது. மனிதாபிமானமே எனக்கு முக்கியம்" என்று பேசி வந்தவர் தந்தை பெரியார். 1938இல் இந்தி மொழித் திணிப்பை எதிர்த்தார். இந்தி மொழியால் தமிழ் அழியும் என்றும், தமிழர்கள் தாய்மொழியைப் போற்ற வேண்டும், தாய் மொழிக்கு உரிய மரியாதை தரவேண்டும் என்று வற்புறுத்தினார். தமிழ் இலக்கியங்களைப் பகுத்தறிவுச் சிந்தனையோடு எள்ளிநகையாடிய தந்தை பெரியார் திருக்குறளைப் போற்றினார். கடவுளை வணங்குபவர்கள் காட்டுமிராண்டிகள் என்று சாடிய அவரேதான், அனைத்துச் சாதியினரும் அர்ச்சகர்களாக ஆகவேண்டும் என்றும் போராட்டம் நடத்தினார். திருவையாறு தியாகராஜ ஆராதனையில் தமிழிசைக் கலைஞர் எம்.எம்.தண்டபாணி தேசிகர் தமிழில் பாட, அவரை அடித்து நெறுக்கினார்கள். அடித்து நொறுக்கப்பட்ட தண்டபாணி தேசிகருக்கு ஆதரவாகத் தந்தை பெரியார் பிரச்சாரம் செய்தார். தமிழிசைக்கு எனத் தனியே கூட்டங்கள் நடத்தினார்.

1947-ல் இந்தியா விடுதலை அடைந்தபோது, "இது துக்கநாள்" என்று அறிவித்தார். மேலும் "பெண் விடுதலை சாத்தியப்படாதபோது மண் விடுதலை வாங்கி என்ன பயன்?" என்ற எதிர்க்கேள்விகளை முன் வைத்தார். தேர்தல் நடைமுறைகளை எதிர்த்தார். "தமிழனுக்கு யாருக்கு ஓட்டு போடவேனும் என்று தெரிந்து வாக்களிக்கும்போது நான் தேர்தலில் நிற்பேன்" என்று சொல்லி இறக்கும்வரை தேர்தலில் தன் கட்சியைப்

போட்டியிடாமல் பாதுகாத்தார். இன்றைய தேர்தல் நடைமுறைகள், அவர் தேர்தலைப் புறக்கணித்த காரணத்தை வெளிப்படுத்திக் கொண்டிருப்பதை உணரமுடிகின்றது என்றால் அது பெரியாரின் சிந்தனைக்குக் கிடைத்த மாபெரும் வெற்றி.

இந்தியா விடுதலை அடைந்த பின்னர், தமிழ்நாட்டில் பிற்படுத் தப்பட்டோருக்கு வழங்கப்பட்டு வந்த இடஒதுக்கீட்டை மத்திய அரசு இரத்து செய்தது. தந்தை பெரியார் மக்களைத் திரட்டி இடஒதுக்கீடு மீண்டும் வழங்கப்படவேண்டும் என்று போராடினார். அப்போது தந்தை பெரியார் எந்தச் சபையிலும் உறுப்பினராகவும் இல்லை. பெரியாரின் போராட்டத்தின் தீவிரத்தை உணர்ந்த நேரு தலைமையிலான மத்திய அரசு தமிழ்நாட்டிற்கு மட்டும் பிற்படுத்தப்பட்டோருக்கு இடஒதுக்கீடு வழங்கும் வகையில் இந்திய அரசியல் சட்டம் முதல்முறையாக 1952-இல் திருத்தப்பட்டது. அரசியல் சட்டத்தின் முதல் திருத்தத்திற்குக் காரணமாக இருந்தவர் தந்தை பெரியார். 1990களில் மத்திய அரசுப் பணிகளிலும் பிற்படுத்தப்பட்டோருக்கு இடஒதுக்கீடு வழங்கப்பட்டது. அதற்குக் காரணமாக இருந்தவர் தந்தை பெரியாரின் சமூகநீதிக் கொள்கைகளைப் படித்து, தந்தை பெரியாரை உணர்ந்த இந்திய முன்னாள் தலைமை அமைச்சர் வி.பி.சிங் என்பது வரலாற்றுப் பேருண்மையாகும். 1954இல் பெரியாரின் நண்பரான இராஜகோபாலச்சாரியார் தமிழ்நாட்டின் முதலமைச்சராக இருந்தபோது, "குலக்கல்வி" திட்டம் கொண்டுவந்தார்.

இத்திட்டத்தின்படி பிள்ளைகள் காலையில் பள்ளி வரவேண்டும். மாலையில் அவர்களின் குலத்தொழிலைச் செய்ய வேண்டும் என்பதுதான் மைய இழை. அது மட்டுமல்லாது தமிழ்நாட்டின் கிராமங்களில் இயங்கி வந்த 4000 ஓராசிரியர் பள்ளிகளை இராஜாஜி இழுத்து மூடினார். வெகுண்டு எழுந்த பெரியாரின் போராட்டம் இராஜாஜியை முதல்வர் பதவியிலிருந்து இறக்கி, காமராசரை முதல்வர் பதவியில் அமர்த்தியது. தந்தை பெரியாரின் வழிகாட்டலில், காமராசர் 6000 ஓராசிரியர் பள்ளி களைத் திறந்தார். குலக்கல்வியை ஒழித்தார். பள்ளிகளில் மதிய உணவுத் திட்டத்தை அறிமுகம் செய்தார். கல்வித்துறையில் பார்ப்பனர் அல்லாத மாணவர்களின் உரிமைகளுக்குத் தந்தை பெரியார் தொடர்ந்து குரல் கொடுத்தார். 1962இல் திருச்சியில் தந்தை பெரியார் தனக்குச் சொந்தமான 10 ஏக்கர் நிலத்தையும், 5 இலட்சம் நன்கொடை வழங்கி அரசின் சார்பில் கல்லூரி தொடங்க வழிவகை செய்தார். தமிழ்நாட்டில் அரசுக் கல்லூரியின் பெயரில் அரசு என்பது இல்லாமல் பெரியார் ஈ.வெ.ரா. கல்லூரி என்றிருப்பது திருச்சியில் மட்டுமே. இக்கல்லூரியில் மாணவர்கள் மட்டுமே படித்துவந்த நிலையில் தற்போது மாணவியர்களும்

வண்ணத்துப்பூச்சிகளாய்ச் சிறகடித்துப் பறந்து, படித்து வருகிறார்கள். தந்தை பெரியாரின் கல்விப் புரட்சி என்னும் சிந்தனை எந்தப் புரட்சியாளர்களுக்கும் வாய்கவில்லை என்பதே உண்மை.

1967-இல் அண்ணாவின் தலைமையில் அமைச்சரவை பொறுப்பேற்ற போது "இந்த அரசு அய்யாவுக்குக் காணிக்கை" என்று பேரறிஞர் அண்ணா அறிவித்தார். தந்தை பெரியாரின் சுயமரியாதைத் திருமணம் செல்லத்தக்க வகையில் அண்ணா சட்டமன்றத்தில் தீர்மானம் கொண்டுவந்து நிறை வேற்றினார். அய்யாவின் கனவை நிறைவேற்றிவிட்டேன் என்று சட்ட மன்றத்தில் கூறினார். ஆட்சிக்கு வந்த 2 ஆண்டுகளில் அண்ணா இயற்கை எய்தியபோது, "என் தலைமகனை இழந்துவிட்டேன். நான் புத்திர சோகத்தில் இருக்கிறேன்" என்று அறிக்கை விட்டார் பெரியார். அண்ணா வின் உடல் அடக்கம் செய்யப்படும் இடத்திற்குச் சென்று தந்தை பெரியார் கண்ணீர் வழிய வாய்விட்டு அழுதார்.

சமூக மாற்றத்திற்காகப் போராட்டங்களிலும் புரட்சிகரச் சிந்தனை விதைப்பிலும் இரும்பு மனம் கொண்டு சமரசம் இல்லாது உழைத்த தந்தை பெரியார், தன் சிந்தனைகளுக்குச் சட்டவடிவம் கொடுத்த தளபதி அண்ணாவை இழந்தபோது, அனலிட்ட மெழுகாய் உருகினார் என்பது வரலாறு. பெரியாரின் இயங்கியலைச் சமூகக் கண்கொண்டு பார்ப்ப வர்களே தந்தைப் பெரியாரைப் புரிந்துகொள்வர்.

1971இல் சேலத்தில் தந்தை பெரியார் பிள்ளையார் சிலையை உடைத்தும், இராமாயணக் கதையில் உள்ள இழிவுகளை அம்பலப் படுத்தியும் ஊர்வலம் நடத்தினார். இதன் பின்னர் நடைபெற்ற தமிழ்நாடு சட்டமன்றத் தேர்தலில், பழைய காங்கிரஸ் தரப்பிலும், காங்கிரஸ் ஆதரவு நாளிதழ்களிலும், "பெரியார் ஆதரிக்கும் திமுகவிற்காக உங்கள் ஓட்டு" என்று வெளிப்படையாகப் பிரச்சாரம் செய்யப்பட்டது. தேர்தல் முடிவில் பெரியார் ஆதரித்த திமுக 184 இடங்களில் அபார வெற்றி பெற்றது. கலைஞர் ஆட்சியில் "கோயில் கருவறை நுழைவுப் போராட்டம்" ஒன்றை தந்தை பெரியார் அறிவித்தார். "உங்கள் கனவை நான் நிறைவேற்றுகிறேன்" என்ற கலைஞரின் உறுதிமொழியை ஏற்று போராட்டத்தைப் பெரியார் ஒத்திவைத்தார். பெரியார் இறந்தபோது கலைஞர் தன் இரங்கல் உரையில்,"கோயில் கருவறை நுழைவு" என்னும் முள் தைத்த நெஞ்சோடு அய்யா மறைந்திருக்கிறார். அந்த முள்ளை விரைவில் நான் அகற்றுவேன்" எனச் சூளுரைத்திருந்தார்.

புரட்சியாளர், சமூகப் போராளி, சமூகநீதிக் காவலர் என்னும் பன்முக ஆளுமை கொண்ட தந்தை பெரியார் இன்றும் அரசியல் அரங்கில்

பேசப்பட்டுக் கொண்டிருக்கிறார். தந்தை பெரியாரின் சமூகப் புரட்சியால் பயன்பெற்றவர்கள் பெரியாரைப் போற்றி வருகிறார்கள்.

சாதி, மதம், கடவுளின் பெயரால் பெரும்பான்மை மக்களை வஞ்சித்து ஏய்த்துப் பிழைக்கும் கூட்டத்தினர் இன்றளவும் அவரைத் தூற்றி வருகிறார்கள் என்பதே எளிய மக்களுக்காக, அவர்களின் உரிமைகளைக் காக்க பெரியார் சந்தித்த, சாதித்த போராட்டக் களங்களுக்குச் சாட்சியாகும். சாதி மதங்களைக் கடந்து இன்றும் இந்திய அளவில் பேசப்படும் ஒரு மகத்தான சமூக ஆளுமை தந்தை பெரியார் ஒருவர் மட்டுமே. அதனால் அவரைப் புரட்சித்தலைவர் என்று அழைப்பதே பொருத்தமாக இருக்கும். இதனால் புரட்சி என்ற முன்னொட்டை வைத்துப் பாராட்டப்படுகின்ற அரசியல் தலைவர், நடிகர்கள், சமூக ஆர்வலர்களுக்கு ஏற்படும் பாதிப்புகளைப் பற்றி நாம் ஏன் கவலை கொள்ளவேண்டும்? நம்மைப் பற்றிக் காலம் முழுவதும் கவலை கொண்டிருந்த பெரியாரைப் புரட்சித்தலைவர் என்று வாயாரப் போற்றுவோம், புகழ்ந்துரைப்போம்.

பெரியார்
என்னும் அழகிய முரண்

பெரியாரைப் பேட்டி காணப் போகிறோம் என்றபோது எனக்குள் இருந்த அச்சம், அவர் பேசத் தொடங்கிய வுடன் காணாமல் போனது. எல்லாக் கேள்வி களுக்கும் அறிவுக்கூர்மையாகப் பதில் தந்தார். கடவுள் பற்றிய கேள்வியைக் கேட்டபோது, "கடவுள் என்று ஒன்று இருந்தால் இந்த நாட்டில் கொலை, கொள்ளை, திருட்டு, கற்பழிப்பு, விபத்து போன்றவை நடக்குமா?" என்று கடவுள் இல்லை என்பதை எனக்குத் தெளிவுபடுத்தினார்.

பேட்டியை அச்சுக்கு அனுப்பும்போது பெரியார் வலியுறுத்திய கடவுள் இல்லை என்பதை மட்டும் என்னால் ஏற்றுக்கொள்ள முடியவில்லை. காரணம், கடவுளை நான் நேரில் பார்த்தேன். ஆம், அந்தக் கடவுள் பெரியார்தான் (1965இல் ஆனந்த விகடன் இதழில் மணியன்).

கடவுள் இல்லை என்பதை வலியுறுத்தி வந்த தந்தை பெரியாரை மணியன் (பின்னாளில் இதயம் பேசுகிறது மணியன்) கடவுளாகச் சித்தரித்திருப்பது

முரணாகத் தெரியலாம். உண்மையில் இது பெரியாருக்குப் பெருமை என்றாலும் பொருத்தமில்லா முரண் என்பதில் கருத்து வேறுபாடில்லை. காரணம் பெரியார் என்ற பேராளுமையே முரண்களின் தொகுப்பு எனில் மிகையில்லை. பெரியாரின் முரண்களுக்குக் காரணம் காலம்தோறும் ஏற்பட்டு வரும் மாற்றங்களுக்குத் தன்னைத் தகவமைத்துக் கொள்ளுவதால் ஏற்படுகின்றது எனலாம். ஒருவரின் செயல்பாட்டை ஒரு காலத்தில் ஆதரிப்பார், இன்னொரு காலத்தில் எதிர்ப்பார். ஆதரிப்பு, எதிர்ப்பு இரண்டிலும் பெரியாரிடம் நேர்மை மிகுந்திருக்கும். அது சமூக அக்கறையும் மேம்பாடும் கொண்டதாக இருக்கும் என்பதுதான் வியப்பு.

பெண்மை போற்றல்

மனித குலத்தின் சரிபாதி பெண் என்றாலும் பெண்ணைச் சமமாக எண்ணும் போக்கும் வழக்கமும் உலகின் எந்தப் பகுதியிலும் இல்லை. புராணக் காலம் தொடங்கி நவீன டிஜிட்டல் காலம் வரை பெண்ணை இழிவாக நினைக்கும் போக்கு இன்னும் முற்றிலும் மாறவில்லை என்றாலும் ஓரளவுக்கு மாற்றமும் நடைபெற்றது என்ற உண்மையும் உள்ளது. இந்திய விடுதலைக்கு 10 ஆண்டுகளுக்கு முன்பே, பெரியார் நடத்திய பெண்கள் மாநாட்டில் தந்தை பெரியார் பெண்ணுக்கு ஆதரவாய் முழக்கமிடுகிறார்.

“பெண்களே, ஆண்களுடன் பழகி, அவர்களை உணர்ந்து, உன்னோடு வாழத் தகுதியுடையவன் என்பதை அறிந்து அவனைத் திருமணம் செய்து கொள்ளுங்கள். பிள்ளை பெறும் இயந்திரமாகப் பெண்கள் இருக்கக்கூடாது. ஆணுக்கு உள்ள உரிமைகளோடு பெண்களே நீங்களும் திகழவேண்டும். பெண்கள் முழுக்கல்வி பெறவேண்டும். ஆண் பெறுகிற கல்வி அவன் குடும்பத்திற்கு, பெண் பெறுகிற கல்வி சமூகத்திற்கு என்று பெண்ணை, பெண்மையை உயர்த்திப் பிடித்தவர் பெரியார். 1 முதல் 5ஆம் வகுப்பு வரை உள்ள தொடக்கநிலைப் பள்ளிகளில் பெண்களை மட்டுமே ஆசிரியராக நியமிக்க வேண்டும் என்பதை வலியுறுத்தினார். எல்லாவற்றிற்கும் மேலாக, பெண்ணே உன் விடுதலையை உரத்துப் பேசுகின்ற ஆணை நம்பாதே, சந்தேகம் கொள்! அவன் பேசும் பெண்விடுதலையும் அவனுக்குச் சார்பான தாகவே இருக்கும் என்று சமூகத்தில் பெண் உயரவேண்டும் என்பதைத் தொடர்ந்து வலியுறுத்தினார். எங்கேயும் தான் ஒரு ஆண் என்பதைப் பெரியார் வெளிப்படுத்திக் கொள்ளவேயில்லை. ஆண்மையை ஆணாதிக் கத்தை எதிர்த்த பெரியார் பெண்களின் தந்தையாகவும் தாயாகவும் இருந்தார். ஆணாக இருந்துகொண்டே எப்படிப் பெண்களின் உரிமைக்கு, விடுதலைக்குத் தொடர்ந்து குரல் கொடுக்க முடியும்? முடியும் என்றால் நாமும் பெரியாரே.

காங்கிரஸ் எதிர்ப்பும் ஆதரவும்

1925இல் சென்னை மாகாணக் காங்கிரஸ் கமிட்டித் தலைவராகப் பெரியார் இருந்தபோது, சேரன்மாதேவியில் இயங்கி வந்த குருகுலத்திற்கு 25,000 ரூபாய் பணம் கேட்டு வ.வே.சு.ஐயர் பெரியாரிடம் வந்தார். பெரியார் 10,000ரூபாய் கொடுத்துவிட்டு மீதித் தொகையைப் பின்னர்ப் பார்த்துக் கொள்ளலாம் என்று வ.வே.சு. ஐயரை அனுப்பிவிட்டார். பின்னர் குருகுலத்தில் பார்ப்பனர்களுக்கும் பார்ப்பனர் அல்லாதாருக்கும் இடையே உணவு வழங்கும் முறையில் வேறுபாடு இருப்பதைத் தொடர்ந்து, பெரியார் குருகுலத்திற்குக் கொடுக்கவேண்டிய மீதித் தொகையைக் கொடுக்கவில்லை. காந்தியடிகளுக்கு இதுகுறித்துக் கடிதம் எழுதினார். காந்தியின் கள்ளமௌனம் பெரியாரைக் காங்கிரஸ் கட்சி யிலிருந்து வெளியேற வைத்தது. காங்கிரஸ் கட்சியைக் கடுமையாகச் சாடினார். 1955-இல் தமிழ்நாடு அளவில் காங்கிரஸ் கட்சியை ஆதரித் தார். குறிப்பாகக் குலக்கல்வியை நடைமுறைப்படுத்திய இராஜாஜியைப் பதவி விலக வைத்துக் காமராசரை முதல்வராக ஆக்கினார். இதனால் இராஜாஜி மூடிய 4,000 ஓராசிரியர் பள்ளிகள் மீண்டும் திறக்கப்பட்டது. கிராமங்களில் மேலும் 2000 ஓராசிரியர் பள்ளிகள் தொடங்கப் பட்டன. காமராசரைப் பச்சைத்தமிழன் என்று பெரியார் கொண்டாடினார். பெரியாரின் காங்கிரஸ் எதிர்ப்பு நிலையும் ஆதரவு நிலையும் சமூகம் சார்ந்தது என்பதை உணர்ந்தால் பெரியாரைப் புரிந்துகொள்ளலாம்.

காந்தியின் மீதான முரண்

காந்தியின் இந்திய விடுதலைச் சிந்தனைகள் பெரியாரைக் கவர்ந்தன. என்றாலும் இந்திய விடுதலைக்குப் பின் 'ராமராஜ்ஜியம்' அமையும் என்ற கருத்தை, தந்தை பெரியார் கடுமையாக எதிர்த்தார். ராமராஜ்ஜியம் என்றால் அங்கேயும் சம்பூகவதம் நடைபெறுமா? சந்தேகக் கண் கொண்டு கற்பை நிரூபிக்கச் சீதைகள் சிதைக்குள் இறக்கப்படுவார்களா? ராம ராஜ்ஜி யத்தில் தாழ்த்தப்பட்ட மக்களுக்கு இடம் உண்டா? என்ற கேள்விகளை முன்வைத்துக் காந்தியை அந்தக் காலத்தில் கலாய்த்த நவீன சிந்தனை யாளர்தான் தந்தை பெரியார்.

தாழ்த்தப்பட்டோர் நலன் காக்க இரட்டை வாக்குரிமையை அரசியல் சட்டத்தில் இணைக்க வேண்டும் என்ற கருத்தை எதிர்த்துக் காந்தி உண்ணாவிரதம் இருந்தார். இந்தியா பதட்டம் அடைந்தது. உண்ணா விரதத்தால் காந்தியின் உடல்நிலை நலியத் தொடங்கியது. அம்பேத் கரைச் சந்தித்தவர்கள் காந்தியின் உயிர் காப்பாற்றப்பட இரட்டை வாக்குரிமையைக் கைவிடக் கோரிக்கை வைத்தார்கள். அம்பேத்கரும்

கையைப்பிசைந்து கையறுநிலையில் இருந்தார். பெரியார் ஒருவர் மட்டும் தான் அம்பேத்கரிடம், "இந்த நாட்டில் வாழும் கோடிக்கணக்கான தாழ்த் தப்பட்ட மக்களின் நலனைவிடக் காந்தியின் உயிர் ஒன்றும் உயர்ந்தது இல்லை. காந்தியின் உயிர் போனால் போகட்டும்" என்று துணிந்து கூறினார். இறுதியில் அம்பேத்கர் காந்தியைக் காப்பாற்ற இரட்டை வாக்குரிமையைக் கைவிட்டார் என்பதே வரலாறு. காந்தி சுடப்பட்டு இறந்துபோனார் என்றும் இஸ்மாயில் என்று கையில் பச்சை குத்திக் கொண்ட இஸ்லாமியரால் கொல்லப்பட்டார் என்ற செய்தி இந்தியாவைக் குறிப்பாகத் தமிழகத்தைக் கலவரப்பூமியாக மாற்ற வேலைகள் நடந்து கொண்டிருந்தபோது, தமிழ்நாட்டில் அமைதியை நிலைநாட்ட வானொலி மூலம் மக்களிடம் பெரியார் உரையாற்றினார்.

காந்தியின் பெருமைகளை எடுத்துரைத்து அவர் விடுதலைக்கு ஆற்றிய பணிகளை நினைவுகூர்ந்தார். இறுதியில் இந்தியா என்ற நாட்டுக்குக் காந்திதேசம் என்று பெயர் வைக்க வேண்டும் என்பதை வலியுறுத்தி வானொலி உரையை நிறைவு செய்தார். தாழ்த்தப்பட்டவர்களின் நலன் என்றபோது காந்தியை விமர்சித்த பெரியார், காந்தி சுட்டுக்கொல்லப் பட்டார் என்றவுடன் கசிந்துருகினார் என்பதில் முரண் இருந்தாலும் அதில் அர்த்தமும் இருக்கத்தானே செய்கிறது!

அண்ணா மீது ஆத்திரமும் அன்பும்

திராவிடர் கழகத்தின் பொருளாளராக இருந்த அண்ணாவின் உரை இளைஞர்களைக் கவர்ந்தது. பெரியாரின் கடும்கோட்பாடுகளை, இலக்கியத் தேன் கலந்து அண்ணா ஆற்றிய உரைகள், பெரியாரின் கோட்பாடுகளை எளிமையாகப் புரிந்துகொள்ள உதவின. 1949இல் திராவிடர் கழகத்திலிருந்து பிரிந்து, திமுக என்னும் இயக்கத்தைத் தொடங்கினார் அண்ணா. அண்ணாவின் பிரிவு பெரியாருக்கு ஆத்திரத்தை ஏற்படுத்தியது. அண்ணாவையும் திமுக தொண்டர்களையும் கடுமையாகச் சாடினார். 1950இல் புத்தக வெளியீடு தொடர்பான வழக்கில் 6 மாதம் தண்டனை பெரியாருக்கும் அண்ணாவுக்கும் வழங்கப்பட்டது. இதன் தொடர்ச்சியாக இருவரும் திருச்சி சிறையில் அடைக்கப்பட்டனர். சிறை யிலிருந்த பெரியாரைப் பார்க்க வந்தவர்கள் வழங்கிய பிஸ்கெட், பழம், ரொட்டி இவற்றைச் சிறைக்காவலர் மூலம் அண்ணாவுக்குப் பெரியார் அனுப்பி வைத்துள்ளார். அண்ணா அதனை மறுப்பு தெரிவிக்காமல் ஏற்றுக்கொண்டார். பெரியார் கடுமையாகச் சாடினாலும் அண்ணா அவரைத் தந்தை யாகவே எண்ணினார்.

1962 சட்டமன்றத் தேர்தலில் காஞ்சிபுரத்தில் போட்டியிட்ட

அண்ணாவை அச்சில் வெளியிடமுடியாத வார்த்தைகளைச் சொல்லிப் பெரியார் திட்டித்தீர்த்தார். திமுகவினர் கொந்தளித்தபோது, "பெரியார் என்னைத் திட்டவில்லை. அவர் மனைவியைத்தான் இழிவுபடுத்தியுள்ளார். திமுக தொண்டர்கள் கோபம்கொள்ளத் தேவையில்லை" என்று குறிப்பிட்ட அண்ணாவின் நாகரிகத்தைத் தமிழகம் வியந்து நோக்கியது. 1967இல் இராஜாஜியோடு திமுக கூட்டணி என்றபோது பெரியாரின் கோபம் இரண்டு மடங்காக எகிறியது. தேர்தல் முடிவுகள் அண்ணாவை ஆட்சிக் கட்டிலில் அமர்த்தியது. அண்ணா பெரியாரைச் சந்தித்தார். இந்த ஆட்சி அய்யாவுக்குக் காணிக்கை என்றார். அய்யாவின் சுயமரியாதைத் திருமணம் சட்டப்படி செல்லத்தக்கவகையில் சட்டம் இயற்றினார். பெரியாரிடமிருந்த கோபங்கள் மறைந்து அன்பு துளிர்த்துத் தழைத்தது. 1969இல் அண்ணா மறைந்தபோது, என் தலைமகனை இழந்துள்ளேன். புத்திரசோகத்தில் இருக்கிறேன் என்று கண்ணீர் மல்க அறிக்கையை வெளியிட்டார். அண்ணா மீது கொண்ட கோபமும் அன்பும் கொள்கை வயப்பட்டது என்பதை அறிந்தால் பெரியாரை உணரலாம்.

மொழி முரண்

தமிழைக் காட்டுமிராண்டி மொழி என்று பெரியார் கூறினார் என்பது இன்றளவும் தமிழ்த் தேசியர்களால் குற்றமாகச் சொல்லப்படு கின்றது. தமிழில் பக்திதான் இருக்கிறது. அறிவியல் இல்லை, தொழில் நுட்பம் இல்லை, அறிவு வளர்ச்சிக்கு ஆக்கமில்லை என்பதால் தமிழைக் காட்டுமிராண்டி மொழி என்று பெரியார் கூறியது உண்மைதான். அதே பெரியார்தான் எண்ணறும் தமிழேஞ் நீயே கன்னடம், நீயே தெலுங்கு, நீயே மலையாளம் என்று வியந்து கூறியுள்ளார். 1938இல் இந்தி எதிர்ப்புப் போராட்டத்தைத் தந்தை பெரியார் தலைமை தாங்கி நடத்தினார். தமிழர்கள் உங்களுக்குத் தாய்மொழிப் பற்றில்லை என்றால் இங்கே இந்தி வந்துவிடும் என்று எச்சரித்தார்.

தமிழ்ப் புலவர்களை, கவிஞர்களைத் தாய்பால் பைத்தியங்கள் என்று இழித்தும் பேசினார். தமிழ் இலக்கியங்களைத் தந்தை பெரியார் எள்ளி நகையாடினார். ஆனால், குறளின் கருத்துக்களில் உள்ள உண்மையைப் புரிந்துகொண்டு திருக்குறள் மாநாடு நடத்தினார். திருவையாறில் நடைபெற்ற தியாகராய ஆராதனை இசை விழாவில் தண்டபாணி தேசிகர் பார்ப்பனர்களால் தாக்கப்பட்டபோது, தேசிகருக்கு ஆதரவாகப் பிரச்சாரம் செய்தார். தமிழிசை விழாக்களை நடத்தினார். 1965இல் அண்ணா தலைமையில் நடைபெற்ற இந்தி எதிர்ப்புப் போராட்டத்திற்குத் தந்தை பெரியார் ஆதரவு தெரிவிக்கவில்லை. காரணம், குலக்கல்வி கொண்டு வந்து தமிழர்கள் படிக்கக்கூடாது என்ற கொள்கை கொண்ட இராஜாஜியோடு

சேர்ந்து கொண்டு தமிழர்களுக்கு நலம் பயக்கும் காங்கிரஸை இதன் மூலம் வீழ்த்தப் பார்க்கிறார்கள் என்பதே பெரியாரின் கண்ணோட்டமாக இருந்தது. மொழியுணர்வில் பெரியார் முரண்பட்டாலும் அது தமிழின் மறுமலர்ச்சிக்கே வித்தாக அமைந்தது.

கடவுள் நிந்தனையும் கைவிடுதலும்

கடவுள் இல்லை என்பதைப் பெரியார் வலியுறுத்தி வந்தார். பெரியாரின் நண்பராக இருந்த ராஜாஜி, "நாயக்கரே, கடவுள் இல்லை.. கடவுள் இல்லை என்பது எடுபடாத வாதம். இதை விடுத்து வேறு எதையாவது பிரச்சாரம் செய்யுங்கள்" என்றபோது, "எனக்கும் கடவுளுக்கும் வாய்க்கால் வரப்புத் தகராறு இல்லை. கடவுள் இல்லை என்ற பிரச்சாரத்தையும் கைவிடத் தயாராக இருக்கிறேன். ஒரே ஒரு உறுதிமொழியை நீங்கள் தரவேண்டும். என் வேண்டுகோளை ஏற்று வகுப்புவாரிப் பிரதிநிதித்துவத்திற்கு நீங்கள் பிரச்சாரம் செய்யவேண்டும். அப்படிச் செய்தால் நான் கடவுள் இல்லை என்ற பிரச்சாரத்தைக் கைவிடுகிறேன்" என்றார் பெரியார். ராஜாஜியிடமிருந்து உறுதிமொழி வரவில்லை. வாயடைத்து நின்றார். கடவுள் இல்லை என்ற பிரச்சாரத்தைக் கைவிடப் பெரியார் விதித்த நிபந்தனையை முரண் என்று பார்ப்பதைவிட, சமூகத்தின் உயர்வுக்கான சிந்தனையில் எதற்கு முன்னுரிமை கொடுத்தார் என்பதை உணர்ந்தால் பெரியாரைப் புரிந்துகொள்ளலாம்.

மொத்தத்தில் அழகிய முரண்பாடுகளின் மொத்த உருவமான பெரியாரின் முரண்கள் அனைத்திலும் இந்தச் சமூகத்தின் மேம்பாடு ஒன்றே இலக்காக இருந்தது. அதன் பலனையே இன்றளவும் தமிழ்ச்சமூகம் அனுபவித்து வருகிறது.

என்னை வழி நடத்திய முன்னத்தி ஏர்

*1965-66*ஆம் ஆண்டில் திருச்சி வரகனேரி த.செ.மு. (த.செவந்த லிங்கம் முத்திரியர்) தொடக்கப் பள்ளியில் ஒன்றாகும் வகுப்பு படிக்கத் தொடங் கினேன். அதுமுதல்தான் எனக்கு என் வாழ்க்கை குறித்த நினைவுளைப் பின்னோக்கி பார்க்க முடிகின்றது. அந்த இளம் பிஞ்சுப் பருவம் தொடங்கி உயர்நிலைப் பள்ளி, கல்லூரி, முனைவர் பட்ட ஆய்வு, பின் திருமணம், கல்லூரி ஆசிரியர் பணி, பணி ஓய்வு என்ற 55 ஆண்டுகளில் என்னை வழி நடத்தியது பெரியாரின் சிந்தனைகள். யாருக்காவும், அவர்கள் எந்த உயர்ந்த பதவியில் இருந்தபோதும் பெரியாரிய சிந்தனைகளை ஒருபோதும் கைவிட்டது கிடையாது. சமரசம் செய்ததும் கிடையாது. அதனால் பெற்ற இழப்புகளும் பெருமைகளும் பின்னிப்பிணைந்தவை என்றால் மிகை யில்லை.

அப்போது 5 வயது. பள்ளி செல்லவில்லை. வரகனேரி பெரியார் நகரையொட்டி பெஞ்சமின் என்பவர் ஒரு தையல்கடை வைத்திருந்தார். அந்த வழியில் செல்லும் சிறுபிள்ளைகளை அழைத்து, கென்னடியைச் சுட்டது ஆஸ்லோ. காந்தியைச் சுட்டது கோட்சே என்ற பார்ப்பான் எனச் சொல்லிக் கொடுத்து, கையில் மிட்டாயும் தருவார். அடுத்த நாளில் மிட்டாய் வாங்கிய பிள்ளைகள் சென்றால் கேள்வி கேட்டு மிட்டாய் தருவார். பெஞ்சமினுக்கு வயது 21 இருக்கும். திராவிடர் கழக இளைஞர். இப்படித்தான் பெரியாரின் பார்ப்பன எதிர்ப்பு எங்களுக்குள் கடத்தப் பட்டது. பெரியார் பிறந்த நாளில் மாலை நேரத்தில் திராவிடர் கழகக் கொடியேற்றி, சூடான சர்க்கரைப் பொங்கல் அனைவருக்கும் வழங்கப்படும். அப்போது 'தந்தை பெரியார்' என்று சொல்வார்கள். நாங்கள் 'வாழ்க'

என்று சொல்லி சர்க்கரைப் பொங்கலை வாங்கி, உண்டு மகிழ்வோம்.

பெரியாரின் மாநாடுகள், கூட்டங்களுக்கு நான் என் மாமா வேலு அவர்களால் அழைத்துச் செல்லப்படுவேன். அதனால் எனக்கு வார்த்தைகள் புரிந்துவிடும். அதன் பொருளும் புரிந்துவிடும். இதன் தொடர்ச்சியாக ஒன்றாம் வகுப்பு படிக்கும்போது வீட்டில் தினத்தந்தி, விடுதலை நாளிதழும் இருக்கும். எழுத்துக்கூட்டிப் படிக்கும் பழக்கம் இயல்பாக வந்துவிட்டது. இரண்டாம் வகுப்பு படிக்கும்போது நாளிதழ்களை வேகமாக படிக்கும் பழக்கமும், விடுதலை நாளிதழில் உள்ள எழுத்துச் சீர்திருத்தத்தைப் புரிந்துகொள்ளும் பக்குவமும் ஏற்பட்டுவிட்டது. பள்ளிக்கூடங்களில் பாடங்களை எழுத்துக் கூட்டிப் படிக்காமல் மிகவேகமாகப் படிக்கும் ஆற்றல் கிடைத்து. காரணம், பெரியார் பேசிய பேச்சை ஒலி வடிவத்தில் கேட்டு, அதனை எழுத்து வடித்தில் படிக்கும்போது வாசிப்பில் வேகம் ஏற்பட்டது. பெரியாரின் கொள்கை புரியாமல் பெரியார் என்னுள் இப்படித்தான் இயங்கினார்.

4ஆம் வகுப்பு படிக்கும்போது மாணவர்கள் இங்க் பேனாவால் எழுதத் தொடங்கினோம். எல்லா மாணவர்களும் நீல இங்க்-கில் எழுதுவார்கள். நான் மட்டும் கருப்பு இங்க்-கில் எழுதுவேன். தேர்வு விடைத்தாளின் தலைப்பில் மாணவர்கள் அனைவரும் (கிறித்தவ, இஸ்லாமிய மாணவர்கள் உட்பட) ‘உ’ சிவமயம், கடவுள் துணை என்று எழுதுவார்கள். நான் உ சிவமயம் என்று எழுதமாட்டேன். கடவுள் துணை என்பதை எதிர்த்து, ‘கடவுள் இல்லை’ என்று எழுதினேன். மேலும் 1969இல் பெரியார் சீர்திருத்த எழுத்தில்தான் (ணை,னை, ணா,னா, லை போன்றவை) பரீட்சை எழுதினேன். ஒவ்வொரு வகுப்புக்கும் விடைத்தாளை தலைமையாசிரியர் சிவராமகிருஷ்ணன்தான் வழங்குவார். அவர் பார்ப்பனர் சமுதாயத்தைச் சார்ந்தவர். பார்ப்பன எதிர்ப்பு என்னிடம் இருக்கும். யார் பார்ப்பனர் என்பது தெரியாத வயது. 40 மார்க்குக் குறைவாக இருந்தால் பிரம்பால் கையில் இரண்டு அடிகள் விழும். என் முறை வந்தது. நான் 50க்கு மேல் மதிப்பெண் பெற்றிருந்தேன். தலைமையாசிரியர் என்னிடம், “பரீட்சை பேப்பரில் கடவுள் இல்லை என்று எழுதக்கூடாது. பரீட்சையில் கருப்பு இங்க்-கில் எழுதக்கூடாது. விடுதலை பேப்பரில் உள்ளதுபோல் விடைகளை எழுதக்கூடாது. பாடப் புத்தகத்தில் இருப்பதுபோல்தான் எழுத்துகளை எழுத வேண்டும்” என்று எனக்கு அறிவுரை கூறினார். உடனே நான், “நான் பெரியார் கட்சி. கடவுள் இல்லை என்பது உண்மை. எங்க வீட்டில் கருப்பு இங்க்-தான் உள்ளது. விடுதலை பேப்பரில் உள்ளதுபோல் உள்ள எழுத்துகள் எழுதுவதற்கு ஈஸியாக இருக்கிறது” என்று பதில் உரைத்தேன்.

தலைமையாசிரியர் தன்னை எதிர்த்துப் பேசுவதாக நினைத்துக் கொண்டு, "வாயை மூடு.." என்று சொல்லிப் பிரம்பால் அடித்தார். பள்ளி வளாகத்தில் இருந்த காந்தி சிலை முன்பு முட்டிபோடச் சொன்னார். நாள் முழுவதும் முட்டி போட்டேன். அரையாண்டுத் தேர்வின்

பரீட்சைப் பேப்பரில், அதே கடவுள் இல்லை, கருப்பு இங்க், பெரியார் சீர்திருத்த எழுத்துகள்.. மதிப்பெண் அதிகம் என்பதால் தலைமையாசிரியர் முறைத்துப் பார்த்தார். அடிவிழவில்லை.

5ஆம் வகுப்பு படிக்கும்போது என்னுடன் படித்த உறவினர் ஒருவர் என்னைவிட இரண்டு வயது மூத்தவர். 3ஆம் வகுப்பில் 4ஆம் வகுப்பில் ஒருவருடம் பெயிலாகி 5ஆம் வகுப்பில் ஒன்றாக படித்தோம். எங்களில் அவர் மட்டுமே மூத்தவர் என்பதால் செவ்வாய், வெள்ளிக்கிழமைகளில் அந்த அவர்தான் பள்ளி தொடங்கிய 9.30 மணி தொடங்கி அனைத்து வகுப்புகளுக்கும் சாம்பிராணிப் புகை போடுவார். அவர் குளித்த தலையோடு, சட்டையில்லா மார்போடு, டவுசருக்குமேல் துண்டு கட்டிக் கொண்டு, ஒவ்வொரு வகுப்பறையாகச் சாம்பிராணி புகை போடுவார். தலைமையாசிரியர், ஆசிரியர்கள், மாணவர்கள் அனைவரும் புகையை வணங்கி கண்ணில் ஒற்றிக் கொள்வார்கள். நான் மட்டும் அமைதியாக வணங்காமல் நின்று கொண்டிருப்பேன். என் ஆசிரியர் ஆறுமுகம், "புகை வாசமாக இருக்கிறது. கண்ணில் ஒற்றிக்கொள்ளக்கூடாதா?" என்று கேட்டார். முகத்திற்குப் பூசிக்கொள்ளும் பவுடர் வாசமாகத்தான் இருக்கிறது. கண்ணில் ஒற்றிக் கொள்ளமுடியுமா?" என்று கேட்டேன். அவர் எனக்குப் பதில் சொல்லவில்லை. 5ஆம் வகுப்புத் தேர்வு முடிவுகளில் சாம்பிராணி புகை போட்டவர் பெயில் ஆனார்.

நான் தேர்ச்சிப் பெற்று தஞ்சை சாலையில் உள்ள த.செ.மு. உயர்நிலைப் பள்ளி சென்றேன். என் உறவினர் 5ஆம் வகுப்பை 2ஆம் முறையாகப் படித்து மீண்டும் பெயிலானார். பின்னர் அவர் பள்ளியிலிருந்து வெளியேற்றப் பட்டு, படிப்பைத் தொடரவில்லை. இதன் மூலம் கடவுள் நம்பிக்கைக்கும் கல்வியில் மதிப்பெண் பெறுவதற்கும் தொடர்பில்லை என்பதை, 12 வயதில் எனக்கு ஏற்பட்ட அனுபவங்களின் வாயிலாகப் புரிந்து கொண்டேன்.

6ஆம் வகுப்பு தொடங்கி அன்றைய 11ஆம் வகுப்பு (SSLC) வரையிலான

காலாண்டு, அரையாண்டு, முழு ஆண்டுத் தேர்வுத் தாள்களில் தொடர்ந்து "கடவுள் இல்லை, கருப்பு இங்க், பெரியார் சீர்திருத்த எழுத்து" என்பவை என்னோடு உடன் பிறந்தவை போலத் தொடர்ந்து கொண்டிருந்தன. மதிப்பெண் 60-70 என்ற சராசரியில் இருந்ததால் என்னைப் பெயிலாக்கும் முயற்சியில் ஆசிரியர்கள் யாரும் முனைப்பு காட்டவில்லை என்றே சொல்ல வேண்டும். 9ஆம் வகுப்பு படிக்கும்போது பள்ளியில் சரஸ்வதி பூஜை வெகு விமர்சையாகக் கொண்டாப்பட்டது. அந்த விழாவில் ஒரு சாமியார் சிறப்புரையாற்ற வருகை தந்திருந்தார். அவர் எல்லா மாணவர்களுக்கும் விபூதியை நெற்றியில் இட்டும், கையிலும் கொடுத்தார். இருபால் மாணவர்கள் கையில் வாங்கிய விபூதியை வாயிலும் போட்டுக் கொண்டார்கள். என் முறை வந்தது. "நெற்றியில் பூச வேண்டாம். கையில் மட்டும் கொடுங்கள்" என்றேன். அந்தச் சாமியார் அதிர்ச்சியடைந்து, பின் விபூதியைக் கையில் கொடுத்தார். நான் வாங்கி கையில் வைத்துக்கொண்டு நெற்றியில் பூசாமலும், வாயில் போட்டுக் கொள்ளாமலும் போய் அமர்ந்தேன்.

எங்கள் பள்ளியின் நிர்வாகி மற்றும் மேலாளர் அவர்கள் மேடையிலிருந்து பார்த்துவிட்டார். கீழே இறங்கி வந்து நெற்றியில் பூசச் சொன்னார். "எனக்கு வழக்கமில்லை" என்ற பதில் சொன்னவுடன், கன்னத்தில் ஓங்கி ஒரு அறை விழுந்தது. நான் எதிர்த்துப் பேசிவிட்டேன் என்று எங்களின் உடற்கல்வி ஆசிரியர் ஆறுமுகம் விசிலில் தொங்கும் கயிற்றால் அடித்தார். பள்ளி வளாகத்தில் இருந்த செவந்தலிங்கம் முத்தி ரியர் சிலையின் முன்பு முட்டிப்போட தலைமையாசிரியர் சுப்பிரமணியம் கட்டளையிட்டார். நான் முட்டிப்போட்டேன். 10.30க்குத் தொடங்கிய அருளுரை பகல் 1.00 மணிக்கு முடிந்தது. நான் வகுப்பறைக்கு அழைக்கப்பட்டேன். என்னோடு படித்த என் உறவினர் அக்கா அறிவரசி என்னைப் பார்த்து அழுதார். "நானும் பெரியார் கட்சிதான். உன்னைப் போல நான் அழுத்தமாகவா இருக்கிறேன்?" என்று சொல்லி என்னைத் திட்டினார். என்னோடு பெஞ்சில் வழக்கமாக அமர்ந்திருக்கும் அண்ணா துரை, காமராஜ், கருணாநிதி, சண்முகம் (ப.உ.) மந்திரி பெஞ்சின் நண்பர்கள் மட்டும் எனக்கு ஆதரவாக இருந்தார்கள். தொடர்ந்து எனக்கு மாணவியர்களும் ஆதரவு தெரிவித்தனர்.

கடவுள் இல்லை. அது ஒரு பொய் என்பதை என் வகுப்பு மாணவ, மாணவியர் நம்பத் தொடங்கியது எனக்குக் கிடைத்த வெற்றியாக அமைந் திருந்தது என்றே சொல்லலாம். அந்தக் காலக்கட்டத்தில்தான் தந்தை பெரியார் இயற்கை எய்தினார். அவருக்கு இறுதி மரியாதை செலுத்த மாமா, அக்காவுடன் சென்னை சென்றேன். பெரியாருக்கு இறுதி மரியாதை

செலுத்த நாங்கள் சென்றபோது, கூட்ட நெரிசலில் எங்களோடு வந்த உறவினர் கரிச்சான் என்றழைக்கப்படுகின்ற மருதமுத்து இறந்துபோனார். அவரின் உயிரற்ற உடலோடு திருச்சி திரும்பினோம். பள்ளி சென்றபோது, ஆசிரியர், மாணவர் எல்லாரும் பெரியாரின் இறுதி ஊர்வலம் பற்றியும் மருதமுத்து எப்படி இறந்தார் என்பதையும் கேட்டறிந்தார்கள். இதனால் எனக்குச் சிறகு முளைக்காத குறையாக வானத்தில் அப்போது பறந்து மகிழ்ந்து கொண்டிருந்தேன்.

1976இல் திருச்சி ஜமால் முகமது கல்லூரியில் PUC என்னும் புகுமுக வகுப்பு படித்தேன். 77இல் நடைபெற்ற தேர்வில் இயல்பியல் பாடத்தில் தேர்ச்சிப் பெறவில்லை. அதற்காக சிறப்பு கவனம் கொள்ள கோவையில் இருந்த என் அண்ணன் வேளாண் பல்கலைக்கழகப் பேராசிரியர் இராச கோபால், கோவையில் இயங்கி வந்த NTC கல்வியகத்தில் சேர்த்து விட்டார். கல்வியகத்தின் முதல்வர் திராவிடர் கழகத்தின் முன்னணித் தலைவர்களுள் ஒருவராய்த் திகழ்ந்த கு.வெ.கி.ஆசான் என்னும் கு.வெ. கிருட்டிணசாமி. கல்வியகம் செல்லும்போது நிறைய பெரியாரின் உரைகள் அடங்கிய சிறு நூல்களை எனக்கு படிக்கக் கொடுப்பார். இதன்மூலம் பெரியார் என்னும் பேராளுமை யைப் புரிந்துகொண்டேன். பின்னர் 1978இல் இளமறிவியல் தாவரவியல் பட்டப்படிப்பைத் திருச்சியில் உள்ள பெரியார் ஈ.வெ.ரா. கல்லூரி யில் படித்ததை இன்றும் பெருமை யாகத்தான் எண்ணுவேன். 1978 செப்டம்பர் மாதத்தில் அண்ணா வின் பிறந்தநாள் விழா மாணவர் திமுக சார்பில் கொண்டாடப்பட் டது. விழாக் குழுவில் நானும் என் நண்பர் இராமச்சந்திரனும் இடம் பெற்றோம். திமுக கொடியை ஏற்றி வைத்து சிறப்புரையாற்றியவர்

அன்றைய வை.கோபால்சாமி என்னும் இன்றைய வைகோ. என்னுடைய சுறுசுறுப்பைப் பார்த்து வைகோ எனை அழைத்து, "நன்றாகப் படித்துவிட்டு அரசியலுக்கு வர வேண்டும்" என்று அறிவுரை வழங்கினார். 2005ஆம் ஆண்டு மயிலாடுதுறை ஏவிசி கல்லூரியின் தமிழ்த்துறைத் தலைவர் முனைவர் கி.செம்பியன் பணிநிறைவு விழாவுக்கு வைகோ வருகை தந்தார். என் தலைமையில்தான் விழா நடைபெற்றது.

*1978*இல் வைகோ சொன்ன அறிவுரைகளை மேடையில் நினைவு படுத்தி, "முனைவர் பட்டம் பெற்று, ஒரு கல்லூரி ஆசிரியராக உங்கள் பக்கத்தில் அமர்ந்திருக்கிறேன்" என்று குறிப்பிட்டேன். வைகோ உரையாற்றும்போது என் நினைவுகளைப் பாராட்டிப் பேசினார்.

*1982-84*இல் முதுகலைத் தமிழ் ஜமால்முகமது கல்லூரியில் படித்தேன். அப்போது என் சொந்த ஊரான பொன்மலையை அடுத்துள்ள கீழக் கல்கண்டார்கோட்டை வந்துவிட்டேன். கல்லூரி சென்றுவிட்டு, மாலையில் அருகில் இருந்த மேல கல்கண்டார் கோட்டை குமரன் தட்டச்சுப் பயில கத்தில் பயிற்சி பெற்றுக் கொண்டிருந்தேன். அங்கே ஆங்கிலம், தமிழ் தட்டச்சுகளில் மேல்நிலை (Higher) தேர்ச்சிப் பெற்றேன். ஆங்கிலச் சுருக்கெழுத்தும் பயின்றேன். திருச்சி பாரதிதாசன் பல்கலைக்கழகத்தின் முதுகலை முதல் அணித் தேர்வுகளில் சீர்திருத்த எழுத்திலும் எழுதலாம். பழைய எழுத்து முறையிலும் எழுதலாம் என்பதைப் பல்கலைக்கழகம் அறிவித்திருந்தது. நான் விடைத்தாளில் முழுமையாக பெரியார் சீர்திருத்த எழுத்தில் எழுதியிருந்தேன். விடைத்தாள் திருத்தும் மையத்தில் ஒரு பேராசிரியர், "ஒரு மாணவர் விடைகள் முழுக்க பெரியார் சீர்திருத்த எழுத்தில் எழுதியிருக்கிறார்" என்றவுடன், என் தமிழ்த்துறைத் தலைவர், தமிழ் அறிஞர் குழுவில் இடம் பெற்றிருந்த பேராசிரியர் முனைவர் நயினார் முகமது அவர்கள் அந்தப் பேராசிரியரைப் பார்த்து, "அந்த விடைத்தாளின் முகப்பில் கடவுள் இல்லை என்று எழுதப்பட்டுள்ளதா? கருப்பு மையில் எழுதப்பட்டுள்ளதா?" என்று கேட்டவுடன், "ஆம் ஐயா" என்ற பதில் கிடைத்தவுடன், நயினார் முகமது, "அது என் மாணவர் நெடுஞ் செழியன்தான். அவர் பெரியாரியச் சிந்தனையில் ஊறித் திளைத்தவர். பெரியாரிய சிந்தனைகளை வாழ்வியல் முறையாகக் கொண்ட குடும்பத்தில் பிறந்தவர்" என்ற சொன்னவுடன் விடைத் திருத்தும் மையம் அதிர்ச்சியில் ஆழ்ந்த செய்தியைப் பேராசிரியர் என்னிடம் பகிர்ந்து கொண்டார்.

*82-84*ஆம் ஆண்டு காலக்கட்டத்தில் எங்கள் ஊரைச் சார்ந்த பார்ப்பன சமூகம் சார்ந்த +2 படித்துக்கொண்டிருந்த மாணவியும் என்னோடு தட்டச்சு, சுருக்கெழுத்து பயின்று கொண்டிருந்தார். தட்டச்சுப் பயிலகத்தில் நண்பர்களோடு பெரியாரிய சிந்தனைகளைப் பகிர்ந்துகொள்வது என் தலையாயப் பணியாக இருக்கும். இது அந்த மாணவிக்குப் பிடிக்காது. இதன் தொடர்ச்சியாக என்னோடு வாதம் செய்வார். ஒருநாள் 'நாங்கள் சமஸ்கிருதத்தை இழித்துப் பேசவில்லை. ஆனால் தமிழை நீசபாஷை என்று காஞ்சி மடாதிபதி சந்திரசேகர சங்கராசாரி சொல்கிறார். அவரைக் கண்டால் துப்பாக்கியால் சுட்டுக் கொல்வேன்' என்று நான் சொன்னதைக் கேட்டு, ஒரு மாதம் என்னோடு பேசவில்லை. பேசத் தொடங்கியபோது இருவரின் உரையாடலுக்குள்ளும் காதல் துளிர்க்கத் தொடங்கி இருந்தது.

1986-87இல் அழகப்பா பல்கலைக்கழகத்தில் எம்.பில். பட்டப் படிப்பு படித்தேன். 'நந்தனார் சரித்திரக் கீர்த்தனை, நந்தன் கதை - ஒப்பாய்வு' என்னும் தலைப்பில் ஆய்வேடும் வழங்கினேன். 88ஆம் ஆண்டில் ஆய்வேட்டின் மீது வாய்மொழித் தேர்வு நடைபெற்றது. வந்திருந்த புறத்தேர்வாளர் ஆய்வேட்டில் ஒரு பிழைகூட இல்லை என்று பாராட்டினார். ஆய்வு முறையைப் பாராட்டினார். "நூ,றூ,ணூ,னூ என்பதை ஆய்வேட்டில் முறையே நு,று,ணு,னு என்பதற்குப் பக்கத்தில் முழு துணைக்கால் குறியீடு போடப்பட்டிருப்பதைக் குறையாக புறத்தேர்வாளர் குறிப்பிட்டார். 'இப்படி எழுத்துகளை எழுத உங்களுக்கு யார் கற்றுத் தந்தது?' என்று கேட்டார். நான், "தந்தை பெரியார்" என்றேன். உடனே அவர் "பெரியார் இந்தச் சீர்திருத்தத்தைக் கொண்டுவரவில்லையே." என்றவுடன், "அதனால் என்ன?. பெரியார் அவர் காலத்தில் தேவைப்பட்ட சீர்திருத்ததைச் செய்தார். காலம் மாறிவிட்டது. இப்போது தட்டச்சு யுகம் வந்துவிட்டது. அதற்கு ஏற்றார்போல் எழுத்துக்களை மாற்றிக்கொள்வதில் என்ன பிழை?" என்றேன். புறத்தேர்வாளர் கோபத்தில், "நான் யார் தெரியுமா?" என்றவுடன், 'படைத்ததாகச் சொல்லப்படுகின்ற கடவுளையே விமர்சிப்பவன் நான். நீங்கள் யாராக இருந்தால் எனக்கு என்ன? என்ற பதில் அவரை மேலும் கோபம் கொள்ளவைத்தது. உடனே வாய்மொழித் தேர்வு முடித்துக்கொள்ளப்பட்டு, அறையை விட்டு வெளியே வந்தேன். என் ஆய்வு வழிகாட்டி, கேப்டன் விசுநாதன் ஓடிவந்து, "இந்த, நெடுஞ் செழியே. நீ யாரை எதிர்த்துப் பேசியிருக்கிறாய் தெரியுமா?" என்றார். அமைதியாக, "தெரியாது. யார்?" என்றேன். "அவர் இராம. பெரியகருப்பன் என்று அழைக்கப்படுகின்ற மதுரை காமராசர் பல்கலைக்கழகப் பேராசிரியர் தமிழண்ணல்" என்றார். கொஞ்சம் பயம் என்னைத் தொற்றிக் கொண்டது. எம்.பில். பட்டம் பெற்றேன். 1995இல் மதுரை காமராசர் பல்கலைக்கழகத்தின் வெள்ளிவிழா கொண்டாடப்பட்டபோது என் ஆய்வேடு பிழையில்லாத எம்.பில். ஆய்வேடு என்று தமிழ்த்துறையின் கண்காட்சியில் காட்சிப்படுத்தப்பட்டிருந்த செய்தியை அப்போதைய மாணவர் என் அண்ணன் மகன் இரா.பாவேந்தன் என்னிடம் கூறினார். வாய்மொழித் தேர்வில் என்மீது கோபம் கொண்ட பேராசிரியர் தமிழண்ணல் என் முயற்சியைப் பாராட்டியது பெரியார் வழியில் நானும் மாற்றத்தைக் கொண்டுவந்ததை ஏதோ ஒருவகையில் அங்கீகரித்தார் என்றே எண்ணினேன்.

1995 முனைவர் பட்டம் பெற்று 1996இல் என் திருமணம் நடை பெற்றது. திருமண அழைப்பிதழில் "வாழ்க்கைத் துணை நல ஒப்பந்த விழா" என்றே இருந்தது. தந்தை பெரியார் குனிந்து எழுதுவதுபோல் படமும் இருந்தது. மணவிழா சொல்லாய்வறிஞர் ப.அருளி தலைமையில் நடை

பெற்றது. மணவிழாவில் நானும் என் துணைவியாரும், "உற்ற நண்பர்களாக வாழ்வோம்" என்றும் "நம்மில் ஒருவர் பிரிய நினைத்தால் பிரிந்துபோகும் உரிமையோடு இந்த வாழ்க்கைத் துணைநல ஒப்பந்தத்தில் உறுதி அளிக்கிறேன்" என்றும் கையெழுத்திட்டோம். நாங்கள் மாலை மாற்றிக் கொண்டோம். நான் மணமகளுக்குத் தாலி அணிவிக்கவில்லை. துணைவரை இழந்த என்னை வளர்த்த என் தமைக்கை செண்பகவல்லி மணமகளுக்குத் தங்கச் சங்கிலி அணிவித்தார். துணைவியாரை இழந்த என் மாமனார் சுப்பிரமணியம் எனக்குத் தங்கச் சங்கிலி அணிவித்தார்.

பெரியார் சிந்தனையோட்டத்தில் எல்லாவற்றையும் கட்டுடைக்க வேண்டும். அடிமைத் தளையறுத்து விடுதலைக் குரலை எழுப்பவேண்டும் என்ற தாகம் பெரியார் ஏற்படுத்திய உணர்வு. அந்த உணர்வின் இழை யறுபடாமல் 60 ஆண்டுகளைக் கடந்துள்ளேன். என் மகள் யாழினியும், மகன் நிலவனும் பெரியாரிய சிந்தனைகளோடு இருக்கிறார்கள் என்பது எனக்கு மனநிறைவு. இனி வருங்காலங்களிலும் பெரியாரியச் சிந்தனை களைத் தூக்கிப்பிடித்து சமுதாயத்தில் எடுத்துக்காட்டாய் வாழவேண்டும், திகழவேண்டும். அதுவே பெரியாரின் சிந்தனைகளுக்கு நான் செய்யும் மரியாதையாக எண்ணுகிறேன்.

கல்வி சுயமரியாதையைத் தரவேண்டும்

"நமக்கான சமூகத்தை நேர்மையாக்குவதிலும் நல்லொழுக்கத்திலும் ஆழமான நற்சிந்தனையையும் அகலமான அறிவையும் உறுதிப்படுத்த கல்வி மிக அவசியம் என்பதை மறுக்க முடியாது. முழுமையான கல்வி என்பது உடல், உள மற்றும் ஆன்மா ஆகியவற்றை ஒருங்கிணைத்து நற்சிந்தனையுடன் கூடிய செயலை வெளிக் கொணர்வதுதான். நம் அனைவருக்கும் வாழ்வின் அணியாகவும் தாழ்வின் துணையாகவும் வளர்ச்சியின் அணிகலனாகவும் அமைவது கல்வியாகும். சமுதாயத்தில் காணப்படும் கல்லாமை, இல்லாமை, இயலாமை, அறியாமை, முயலாமை போன்ற ஆமைகளை விரட்டி சமூகத்தை நீதி, நேர்மை மிக்க சமுதாயமாக இயங்க வைப்பதற்குக் கல்வி மட்டுமே அடித்தளமாக அமையும்" - தந்தை பெரியார்

தந்தை பெரியார் என்னும் சமூக மாற்றத்திற்கான சிந்தனை கொண்ட போராளி கல்வி குறித்து முழுமையாக ஆராய்ந்துள்ளார் என்பது வியப்பாக உள்ளது. பெரியாரின் போராட்டக் களங்கள் பரந்து விரிந்தது என்பது வியப்பில்லை. தொடக்கக் கல்வியைக் கூட முழுமையாக முடிக்காதவர், படித்த, பட்டம் பெற்ற கல்வியாளர்களால்கூட சிந்திக்க முடியாத கல்வியைப் பற்றி ஆராய்ந்து சிந்தித்துள்ளார். கல்வியின் குறிக்கோள்கள் இரண்டு என பெரியார் அவர்கள் திட்டவட்டமாக வரையறுத்துக் கூறியுள்ளார். "நம் நாட்டில் கல்வி இரண்டு முக்கிய நோக்கங்களைக் கொண்டதாக இருக்கவேண்டியது அவசியம். ஒன்று, கல்வியால் மக்களுக்குப் பகுத்தறிவும், சுயமரியாதை உணர்ச்சியும் ஏற்பட வேண்டும். மற்றொன்று, மேன்மையான வாழ்வுக்குத் தொழில் செய்யவோ அலுவல் பார்க்கவோ பயன்படவேண்டும்." (குடிஅரசு: 22.8.1937) மேலும்,

"கல்வியினுடைய குறிக்கோள் என்பது பணம் சம்பாதிப்பது மாத்திரம் என்று நினைக்கக்கூடாது. அறிவை வளர்க்க, நமது இழிவையும் முட்டாள் தனத்தையும் மூடநம்பிக்கையையும் ஒழிக்க என்பதாக இருக்க வேண்டும்" - (விடுதலை: *4.3.1959*) என்று குறிப்பிட்டுள்ளார். கல்வி என்பது பகுத் தறிவைத் தரவேண்டும். அலுவல் செய்ய உதவ வேண்டும். மூட நம்பிக்கையை ஒழிப்பதாக இருக்கவேண்டும். இவற்றை தந்தை பெரியார் தொடர்ந்து வலியுறுத்தி வந்தார்.

தனி மனிதனுக்கு மட்டுமன்றி சமுதாயத்திற்குக் கல்வி ஏன் தேவை? என்கிற கண்ணோட்டத்திலும் பெரியார் ஆழமாகச் சிந்தித்துக் கருத்து வழங்கியுள்ளார். பெரும் சமூக மாற்றங்களே புதிய சிந்தனைகளுக்குத் தூண்டுகோலாகும். "ஒரு நாட்டு மக்கள் முன்னேற்றம் அடைய வேண்டு மானாலும், அவர்கள் நாகரிகம் பெற்று உயர்ந்து நல்வாழ்க்கை நடத்த வேண்டுமானாலும் அரசியல், பொருளியல், தொழிலியல் ஆகிய துறைகளில் தகுந்த ஞானம்பெற வேண்டுமானாலும் அந்நாட்டு மக்களுக்கு முதலில் கல்வி ஏற்பட வேண்டியதே முக்கியமாகும்." என்று கூறியுள்ளார். (குடிஅரசு - *26.12.1937*) "விஞ்ஞானம், பொது அறிவு, தன்மான உணர்ச்சி, ஒழுக்கம் இவை தரும் கல்வியே முக்கியம். இவை அளிப்பதாய் இல்லாவிடில் (அக் கல்வியால்) பயனில்லை" என்பது பெரியாரின் உறுதியான கருத்து. (விடுதலை-*8.6.1963*)

கல்விமுறை குறித்து தந்தை பெரியார் பெரும் கவலையும் கொண் டுள்ளார். காரணம், தற்போதைய கல்விமுறை ஜனநாயகப்படுத்தப் படாமல், சர்வாதிகார முறையில் உள்ளது என்று குறிப்பிட்டுள்ளார். ஆசிரியர்கள் கற்றுத் தரும் பாடங்களைப் படிக்கும் மாணவர்கள், ஆசிரியரிடம் எந்தக் கேள்வியும் எழுப்பாமல் அடக்கமாகக் கல்வி பெறும் மாணவர்கள் எப்படி சுயசிந்தனையுள்ளவர்களாக இருப்பார்கள்? இந்தக் கல்விமுறையில் மாற்றம் வேண்டும்.

மாணவர்கள் அறிவு பெறவேண்டும் என்றால் ஆசிரியர்களை வகுப்பறைகளிலிருந்து அப்புறப்படுத்தவேண்டும். மாணவர்களின் அறிவு கூர்மைப்படுத்தப்படாமல் மழுங்கிப் போய் இருப்பதற்குக் காரணம் ஆசிரியர்கள். ஆசிரியர்கள் ஒரு பாடத்திட்டத்தை அமைத்துக் கொண்டு, புத்தகங்களைக் கையில் வைத்துக் கொண்டு, இருப்பதைச் சொல்லிக் கொடுக்கிறார்கள். இதனால் எப்படி மாணவர் அறிவு பெறுவர்? என்று எழுப்பிய கேள்விக்கு அவர் மறைந்து 45 ஆண்டுகளைக் கடந்தும் இதுவரை கல்வியாளர்களிடமிருந்து உரிய பதில் கிடைக்கவில்லை.

தந்தை பெரியார் இந்தக் கல்விமுறையைப் பற்றி அக்கறையோடு

பேசியதோடு, பகடியும் செய்துள்ளார். தமிழ் வகுப்பில் பாடம் நடத்தும் ஆசிரியர் சிவன் தலையில் கங்கை ஆறு இருக்கிறது என்று நடத்துவார். பூகோள ஆசிரியர் கங்கை ஆறு இமயமலையிலிருந்து உற்பத்தியாகிறது என்று நடத்துவார். கல்வியில் மதச் சிந்தனைகள் இருக்கக்கூடாது. எல்லாப் பாடங்களும் அறிவுக்குப் பொருத்தமான அறிவியல் சார்ந்து இருக்க வேண்டும் என்பதைச் சுட்டிக்காட்டியுள்ளார். மழை எப்படிப் பொழிகிறது? நிலத்தில் உள்ள நீர் சூரிய வெப்பத்தால் ஆவியாகி வானத்தில் மேகமாக மாறுகின்றன. மேகங்கள் குளிர்ச்சியடைந்து மழை பொழிகிறது என்பது அறிவியல். மழை இல்லாத வறட்சிக் காலத்தில், வேத விற்பன்னர்கள் அண்டாவில் நீரை நிரப்பி, அதில் கழுத்தளவு நீரில் அமர்ந்து கொண்டு வேதங்களைச் சொல்லி மழை வரவழைக்கும் முயற்சிகளும், கழுதைக்குக் கல்யாணம், தவளைக்குக் கல்யாணம் செய்து வைத்தால் மழை பொழியும் போன்ற மூடநம்பிக்கைகளை அறிவியல் செழித்து வளர்ந்தோங்கியுள்ள இந்தக் காலத்திலும் நம்புவது பொருத்தமுடையதுதானா? என்பதை எண்ணிப் பார்க்க வேண்டியுள்ளது. மழைப் பொழிவு அதிகம் ஏற்பட்டு, இயற்கைப் பேரிடர் நிகழும் காலத்தில், மழைப் பொழிவை நிறுத்த, திருமணம் ஆகாத பெண், உடலில் துணியின்றி, பிறந்தகோலத்தில் கையில் எரியும் தீவட்டியுடன் ஊரை வலம் வந்தால் மழைப் பொழிவு நின்றுவிடும் என்ற மூடநம்பிக்கைகள் இன்றும் கிராமங்களில் நடைமுறையில் உள்ளன என்பதை நினைக்கும்போது பெரியார் சொன்னபடி கல்வி நமக்கு ஊதியத்தைப் பெற்று தந்திருக்கிறது. ஆனால் அறிவைத் தரவில்லை என்ற உண்மை புலப்படுகின்றது.

இந்தியாவின் கல்வி, பகுத்தறிவை இலட்சியம் செய்வதில்லை. உலகப் பொது ஆராய்ச்சிக்கும் மதிப்பு வைப்பதில்லை. அவைகளுக்கு ஏற்ற கல்வி இங்கு தொகுக்கப்படவே இல்லை. (குடிஅரசு:*1.11.1946*) "மேல் நாட்டில் சரஸ்வதியை வணங்குவதில்லை. ஆனால் கல்வியில் கருத்துடையவர்களாக 100க்கு 90 பேர் படித்து அறிவாளிகளாக இருக்கிறார்கள். இங்கு, காகிதத்தைக் கண்ணில் ஒத்திக் கொண்டாலும் கல்வியை அலட்சியப்படுத்தி, 100க்கு 90 பேர் தற்குறிகளாக இருக்கிறார்கள். இது பற்றிச் சிந்திக்க வேண்டாமா?" என்று கேட்கிறார் பெரியார்.(விடுதலை:*17.5.1963*)

உலகின் சிறந்த கல்வி முறை என்று போற்றப்படுகின்ற ஃபின்லாந்து கல்வி முறையை, தந்தை பெரியார் அறிந்திருக்கும் வாய்ப்பைப் பெற்றிருந்தாரா? என்பதை அறியமுடியவில்லை. ஃபின்லாந்தில் 6 வயது நிறைவடைந்த பிள்ளைகளைத்தான் பள்ளியில் சேர்க்கிறார்கள். பள்ளியில் காலை, பகல், மாலை உணவு மாணவர்களுக்கு வழங்கப்படுகின்றது. மாணவர்களுக்கு வீட்டுப் பாடம் கிடையாது. எதையும் மனப்பாடம்

செய்யவேண்டிய தேவையில்லை. கல்வியாண்டு முடிந்தால் ஒரு மாணவர் அடுத்த வகுப்பிற்குச் சென்றுவிடுவார். மாணவர்களுக்குத் தேர்வு வைத்து, பாஸ், பெயில் என்பது பின்லாந்து கல்வி முறையில் இல்லை. மாணவர்கள் சுய சிந்தனை பெறும் வகையில் பாடங்கள் கற்பிக்கப்படுகின்றன. மாணவர்கள் கல்லூரிப் படிப்பு முடித்து தங்களுக்குரியப் பணிகளைத் தேர்வு செய்யும்போது, அந்தப் பணிகளுக்கான அறிவைப் பெற்றிருந்தால் அந்தப் பணிகளுக்குச் செல்வார்கள். அல்லது எந்தத் துறையில் அறிவைப் பெற்றிருக்கிறார்களோ அந்தத் துறை பணியில் இணைவார்கள் என்ற தகவல்கள் நம்மை வியப்பின் உச்சிக்குக் கொண்டு செல்கின்றன.

தந்தை பெரியார், "தேர்வுகள் எல்லாம் உருபோடுகிற சக்தியை வளர்ப் பதாக இருக்கிறதே தவிர, அறிவை வளர்ப்பதாக இல்லை. இன்றைய தேர்வு முறை கிராமபோன் ரிக்கார்டு முறையில் உருபோட்டு வாந்தி எடுப்பதாகவே உள்ளது என்று குறிப்பிட்டுள்ளார். மேலும், "பள்ளிக்கூடத்தில் படிக்கின்ற பையன்களுக்குப் பரிட்சை எதற்கு? ஒழுங்காகப் பள்ளிக்கு வருகின்றானா? வகுப்பில் எப்படி நடந்து கொள்கின்றான்? என்பதைத்தான் பார்க்க வேண்டுமே ஒழிய, பரிட்சை எதற்கு? "பள்ளிப் படிப்பில் ஒரு மாணவன் வகுப்பில் இத்தனை நாள் கிரமப்படி ஆஜர் ஆகி, விஷயங்களைச் சரிவரக் கவனித்துக் கொண்டிருந்த காலம் (Term Course) தீர்ந்தால் போதும் என்று மேல் வகுப்புக்கு அனுப்பிட வேண்டும். பரிட்சை மூலம் மாணவர்களை மேல் வகுப்புக்குச் செல்லவிடாமல் கழிக்கக் கூடாது. நல்லொழுக்கம்தான் ஒரு மனிதனைப் பிற்காலத்தில் சிறந்த பண்புடையவனாக்குகிறது. பிறகு அடுத்தபடியாக உள்ளதுதான் கல்வி" என்று தந்தை பெரியார் கூறுவதன் மூலம் கல்விக் கொள்கையில் ஒழுக்கமே முதன்மை என்பதைச் சுட்டிக் காட்டுகின்றார். கல்விக் கொள்கையாக, எவை இருக்கக்கூடாது என்பதையும் பெரியார் குறிப்பிடுகின்றார். "கடவுள் பக்தி, மத பக்தி, ராச (அரசியல்) பக்தி ஆகிய அறிவைத் தடை செய்யும் அடிமைப் புத்தியைக் கற்பிக்கும்படியான விசயங்களைக் கல்விச் சாலைக்குள் தலை காட்டவே விடக்கூடாது" என்று அழுத்தம் திருத்தமாகக் குறிப்பிடுகின்றார்.

கணினி யுகத்தில் உள்ள தற்போதைய கல்வி நிலையங்களில் மாண வர்கள் ஐயப்பனுக்கு விரதம் இருக்கிறேன் என்று காலில் செருப்பு அணியா மல், தலைமுடியை வெட்டாமல், முகத்தை மழிக்காமல் முழுக்கால் டவுசர் என்னும் பேண்ட் அணிந்திருந்தாலும் கழுத்தில் காவித் துண்டு அணிந்து வருகிறார்கள். ஆசிரியர்கள் அம் மாணவர்களைச் சாமி அல்லது ஐயப்பன் என்றே அழைக்கின்றார்கள் என்ற கேலிக்கூத்தை எங்கே சொல்வது? மாணவர்கூட அறிவைப் பெறும் நிலையில் இப்படி நடந்துகொள்கிறார்கள் என்றால், படித்து, பட்டங்களைப் பெற்ற ஆசிரியர்கள், அரசுப் பணியில்

இருந்து கொண்டு, ஊதியம் பெற்று உயிர் வாழ்ந்துகொண்டிருப்பவர்கள் ஐயப்பனுக்கு விரதம் இருப்பது, தாடி வளர்த்திருப்பது, காலில் செருப் பில்லாமல் வகுப்பறைக்கு வருவது என்ற செயல்பாடுகள் இப்போது மிகுதியாகி வரும்போது, அவை தனிமனித உரிமைகள் என்று விலக்களிக் கப்படுவது வேதனையான ஒன்று. மாணவ, மாணவியர் தங்களின் சாதியின் பெயரை வெளிப்படுத்தும் வண்ணம் கைகளில் வண்ணக் கயிறுகளைக் கட்டி வருவது தமிழகத்தின் தென்மாவட்டங்களில் ஒரு கலாச்சாரமாகவே மாறிவிட்டது. மாநில அரசின் அமைச்சர் ஒருவர் இடது கையில் சாமியின் பெயரில் வண்ணக் கயிறுகள் 20 எண்ணிக்கையில் அணிந்திருக்கிறார். மன்னன் எவ்வழியோ குடிகள் அவ்வழி என்ற நிலை தற்போது ஏற்பட் டுள்ளது.

கல்விச் சிந்தனையில் உலகில் யாரும் சிந்திக்காத ஒன்றை, தந்தை பெரியார் மிகச் சரியாக சிந்தித்துள்ளார். "ஆண் பெறுகிற கல்வி அவன் குடும்பத்தைக் காக்கும். பெண் பெறுகின்ற கல்வி ஒரு சமுதாயத்தைக் காக்கும்" என்று குறிப்பிட்டுள்ளார். "பெண்கள் கல்வியை அரைகுறையாகப் பெற்றிடக்கூடாது உயர்கல்வி வரை முழுமையாகப் பெறவேண்டும்" என்று பெண் கல்வியைத் தந்தை பெரியார் போற்றியுள்ளார். பெண்கள் சமூக வெளிகளில் இயங்குவதற்கு முன்பு சமையல் அறைகளை நூலகங்களாக மாற்றவேண்டும் என்று குறிப்பிட்டுள்ளார். பெண்கள் ஆண்களைப் போல எல்லா விதமாக பணிகளுக்கும் செல்வதற்கு "சமுதாய சமையல் கூடங்கள்" அமையவேண்டும் என்பதையும் தந்தை பெரியார் வலியுறுத்தி யுள்ளார்.

தமிழ்நாட்டில் உயர்கல்வியில் மாணவர் சேர்க்கை 50% எட்டிவிட்ட நிலையில் மாணவியர் சேர்க்கை 48% உள்ளதாக புள்ளிவிவரங்கள் தெரிவிக்கின்றன. பெரியார் 1931இல் எடுத்துரைத்த கல்விச் சிந்தனைகள் இன்றைக்கும் தேவையாக உள்ளன. ஆனால் இந்திய ஒன்றிய அரசு அறிவித்துள்ள "தேசியக் கல்விக் கொள்கை - 2020" பெரியாரின் கல்விச் சிந்தனைகளுக்கு எதிராகவே உள்ளது. கல்வியின் வழியாக காலம் காலமாக வலியுறுத்தப்பட்டுக் கொண்டிருந்த சனாதானக் கருத்தியல்களைக் கல்வி என்னும் ஆயுதம் கொண்டு உடைத்து நொறுக்கினார் பெரியார். தேசியக் கல்விக் கொள்கை என்ற பெயரில் சனாதனவாதிகள் கல்வியை வியாபாரப் பொருளாக மாற்றிடத் துடிக்கின்றார்கள். எனவே பெரியாரின் கருத்தியல் கொண்டு பகுத்தறிவு சார்ந்த கல்விக்கொள்கைகளை முன்னெடுக்க வேண்டிய தேவை அதிகரித்துள்ளது.

தந்தை பெரியாரும் தீபாவளியும்

இந்திய ஒன்றியத்தில் விறுவிறுப்பாகக் கொண்டாடப்படும் திருவிழா தீபாவளி யாகும். நகர்ப்புறம் சார்ந்ததாகவும், துணி, எண்ணெய், மாவு, பட்டாசு ஆகிய பெருந்தொழில்களின் பொருளாதாரம் சார்ந்த தாகவும் இத்திருவிழா கொண்டாடப்படுகிறது. தகவல் தொடர்புச் சாதனங்கள் தரும் பகட்டான விளம்பரங்களால், இது தமிழர்களின் "தேசியத் திருவிழா" போலக் காட்டப்படுகிறது. தீபாவளி, தமிழ் நாட்டின் மரபு வழிப் பொருளாதாரத் தோடும் பருவநிலைகளோடும் தொடர்பில்லாத ஒரு திருவிழாவாகும். பார்ப்பனீயத்தின் பாதிப்புகளில் இருந்து இன்னமும் விலகி நிற்கிற சிற்றூர்களில் தீபாவளி கொண்டாடப்படுவதில்லை. தீபாவளியைக் குறிக்கும் வெடி, அதன் மூலப்பொருளான வெடி மருந்து ஆகியவை தமிழ்நாட்டிற்கு 15ஆம் நூற்றாண்டு வரை அறிமுகமாகவில்லை. சீனாவிலிருந்தே வெடி மருந்து மற்றும் வெடிகள் இறக்குமதி செய்யப் பட்டன. இந்த தீபாவளியையும் தந்தை பெரியார் "பார்ப்பனர்களின் விழா" என்று எதிர்த்து தொடர்ந்து பரப்புரையும் செய்து வந்தார்.

எனது பள்ளிக்காலத்தில் தீபாவளி வருவதற்கு ஒரு மாதத்திற்கு முன்பே மாணவர்களிடம் தீபாவளி ஜுரம் வந்துவிடும். எப்போதும் தீபாவளியைப் பற்றியே பேச்சுகள் அமைந்திருக்கும். அதில் ஆசை களும் கற்பனைகளும் அளவில்லாது இருக்கும். தீபாவளி குறித்து எந்தப் பதற்றமும் இல்லாமல் மிக இயல்பாக நான் மட்டுமே இருப்பேன். காரணம், நினைவு தெரிந்த நாள் முதலாய் தீபாவளி கொண்டாடியது கிடையாது. இதற்குக் காரணம் தந்தை பெரியார்.

என் பள்ளிப்படிப்பு தொடங்கி கல்லூரிப் படிப்பு வரை திருச்சி வரகனேரி பெரியார் நகரில் தமக்கையர் வீட்டில் படித்து வந்தேன். என்

தமக்கையரின் வாழ்க்கைத் துணைவர் ஓ.வேலு கடுமையான திராவிடர் கழகப் பற்றாளர். 1980இல் இரயில்வே பணியிலிருந்து ஓய்வு பெற்றவுடன் திருச்சி நகர திராவிடர் கழகத்தில் முழுநேரம் பணியாற்றினார். தீபாவளிக் காலங்கள் வந்துவிட்டால் நாள்தோறும் தீபாவளி குறித்த பல்வேறு செய்திகளை, தந்தை பெரியார் சொன்ன செய்திகளை என்னிடம் மாமா சொல்லிக் கொண்டிருப்பார். அப்புறம் விடுதலை வேறு படிப்பேன். அதில் வெளியிடப்படும் செய்திகளைப் படிக்கும்போது அந்தச் சின்ன வயதிலும் ஒருவகை உணர்வு, நரம்புகளை முறுக்கேறச் செய்யும்.

“தீபாவளி கொண்டாடுவதன் நோக்கம் அரக்கன் நரகாசூரன் கொல்லப் பட்ட நாள். அரக்கன் நரகாசூரன் தேவர்களுக்குத் தொந்தரவு செய்தான். அவர்கள் செய்துவந்த யாகங்களை அழித்தான். மக்களை வதைத்தான் என்று புராணங்களில் சொல்லப்படுகின்றதே அதை நாம் எண்ணிப் பார்க்க வேண்டும். பார்ப்பனர்கள் செய்யும் யாகத்தால் யாருக்கு நன்மை ஏற்படும்? பார்ப்பனர்களை நரகாசூரன் வதைத்தான் என்பதை மாற்றி மக்களை என்று சொல்வதை நாம் எப்படி நம்புவது? எப்படிப் பார்த்தாலும் நரகாசூரன் நம்முடைய தாத்தா அல்லது பாட்டனாகவே இருந்திருப்பான். நம்ம தாத்தா செத்த நாளில் நாம் வெடி வெடித்து, இனிப்புகளைச் சாப்பிட்டு மகிழ்ந்திருப்போமா? பாப்பனர்கள் மகிழ்ச்சியாக இருக்கக் காரணம் இருக்கிறது. அவர்களைப் போல நாமும் மகிழ்ச்சியாக இருக்க என்ன காரணம் இருக்கிறது? தமிழர்கள் சிந்திக்கவேண்டும்” என்ற பெரியாரின் பேச்சுகள் என்னைச் சிந்திக்க வைத்தன் தொடர்ச்சியாக, தீபாவளி பார்ப்பனர்கள் விழா என்பது உள்ளத்திற்குள் உறைந்துவிட்டது.

தீபாவளி என்பது வடநாட்டவர் விழா. தென்னாட்டவர் விழா அல்ல. குறிப்பாக தமிழ்நாட்டவர் விழா இல்லை. என்றாலும் கடந்த 70 ஆண்டு களாக தமிழ்நாட்டில் தீபாவளி அனைத்து தரப்பு மக்களாலும் (திராவிடர் கழகத்தினர் தவிர) சிறப்பாகக் கொண்டாடப்பட்டு வருகின்றது. இதன் பின்னணியில் இருப்பது கோடிகளில் நடக்கும் வணிகம். வடநாட்டில் தொழிற்சாலைகளில் இந்தக் காலங்களில் வழங்கப்படும் போனஸ். கூடுதலாக இந்து மதக் கடவுள் நம்பிக்கை. தீபாவளி என்ற பண்டிகை இந்தியாவை ஒருங்கிணைக்கும் மாபெரும் திருவிழா என்பதால் இந்த விழாவைப் பார்ப்பனர்கள் அழியாமல் பாதுகாத்து வருகின்றனர்.

விஜயநகரப் பேரரசான இந்து சாம்ராஜ்யம் தமிழ்நாட்டில் நுழைந்த கி.பி. 15-ஆம் நூற்றாண்டு தொடங்கியே தீபாவளி இங்கு ஒரு திருநாளாகக் கொண்டாடப்படுகிறது. இந்தக் காரணம் பற்றியே தமிழ் பிராமணர்களை விட, தமிழ் நாட்டில் உள்ள தெலுங்குப் பிராமணர்களே தீபாவளியைப் “பக்தி சிரத்தை”யுடன் கொண்டாடுகின்றனர். வடநாட்டு

இந்துக்களிடமும் சமணர்களிடமும் இல்லாதபடி தமிழ்நாட்டில் இத்திருவிழா நாளன்று எண்ணெய் தேய்த்துக் குளிக்கின்றனர். எண்ணெய் தேய்த்துக் குளித்தல் என்பது தமிழ்நாட்டில் நீத்தார் நினைவில் இறுதி நாளைக் குறிக்கும் சடங்காகும். தமிழ் நாட்டுப் பிராமணர்களும் இத்திருவிழாவை இறந்தார் இறுதிச் சடங்கு போல "கங்கா ஸ்நானம்" செய்து கொண்டாடுவது குறிப்பிடத்தக்கது. ஆகவே உண்மையில் இத்திருவிழா பார்ப்பனிய மதத்தின் திருவிழாவேயன்றித் தமிழர் திருவிழா ஆகாது.

தீபாவளி (தீபம்+ஆவளி) என்னும், விளக்குகளின் வரிசை எனப் பொருள்படும் வடசொல்லுக்கு இணையான தமிழ்ச் சொல்லும் புழக்கத்தில் இல்லை. தமிழர்களின் விளக்குத் திருவிழா என்பது திருக்கார்த்திகைத் திருவிழாவே ஆகும். நரகாசுரன் என்னும் அரக்கன் கிருஷ்ணனால் அழிக்கப்பட்டதாகக் கூறப்படும் தீபாவளிக் கதை திராவிடப் பண்பாட்டோடு தொடர்புடையதன்று. மாறாக இன்று பிராமணிய மதத்தின் சார்பாக எழுந்த கதையாகும். இந்த நாள் பிராமணிய மதத்தின் எதிரியான சமண மதத்தின் 24ஆம் தீர்த்தங்கரரான வர்த்தமான மகாவீரர் இறந்த நாளாகும். தான் இறந்த நாளை, தீபங்களை வரிசையாக ஏற்றிக் கொண்டாடுமாறு மகாவீரர் தம் மதத்தவரைக் கேட்டுக் கொண்டார். ஆகவே, பிராமணிய மதத்தின் பழைய எதிரிகளான சமணர்களும் தீபாவளியை சிறப்பாகக் கொண்டாடுகின்றனர். எனவே நரகாசுரன் அழிந்ததாக பிராமணியத் தீபாவளிக் கதைகள் குறிப்பிடுவது மகாவீரர் இறந்த நாளையே ஆகும்.

"தீபாவளிப் பண்டிகை நாளை நரக சதுர்த்தசி என்றும் சொல்லுவதுண்டு. இதற்குக் காரணம் நரகாசூரன் என்பவன் விஷ்ணுவால் கொலை செய்யப்பட்ட நாள் என்பதாகும். இந்தக் கதை விளக்கம் என்னவென்றால், அது மிகவும் ஆபாசமானது என்றாலும், ஆரியர்களின் இழி நிலைக்கும், தமிழர்களின் முட்டாள்தனத்துக்கும் ஆதாரமாக அதையும் ஆரியர் புராணப்படியே சற்று சுருக்கமாக விளக்குவோம்.

இரண்யாட்சன் என்னும் இராட்சசன் ஒருவன் பூமியைப் பாயாகச் சுருட்டிக் கொண்டு சமுத்திரத்தினடியில் போய் ஒளிந்து கொண்டானாம். மகாவிஷ்ணு என்னும் கடவுள் அவனைச் சமுத்திரத்தில் இருந்து வெளியாக்கி, பூமியைப் பிடுங்குவதற்கு பன்றி உருவமெடுத்துப் போய் இராட்சசனைப் பிடித்து பாய்போல் சுருட்டப்பட்டிருந்த பூமியைப் பிடுங்கி விரித்து விட்டாராம். அந்தச் சமயத்தில் அந்தப் பன்றியைப் பூமாதேவி கலவி செய்ய விரும்பிக் கலந்தாளாம். அக்கலவியில் ஒரு குழந்தை பிறந்ததாம். அக்குழந் தைக்குத்தான் நரகாசூரன் என்று பெயராம். இவன் கசேரு என்பவளை யானை உருவத்துடன் சென்று பலவந்தமாய்ப் பிடித்து

வந்து மணம் செய்து கொண்டானாம். மற்றும், இவன் தேவர்களுக்கு இடையூறு செய்து வந்தானாம். தேவர்கள் விஷ்ணுவிடத்தில் முறையிட்டார்களாம்.

விஷ்ணு கிருட்டிணாவதாரத்தில் நரகாசூரனைக் கொன்றாராம். நரகாசூரன், விஷ்ணுவிடம், தனது சாவு நாளை உலகம் கொண்டாட வேண்டும் என்று கேட்டுக் கொண்டானாம். அதற்காக விஷ்ணு அந்த நாளை உலகம் கொண்டாடும்படி செய்தாராம். இதுதான் தீபாவளியாம். தோழர்களே! ஆரியரின் கதை சோடிக்கும் சின்ன புத்தியைப் பாருங்கள். அதை நம்பி விழாக் கொண்டாடும் உங்கள் மடப் புத்தியை எண்ணி வெட்கப்படுங்கள். ஏனெனில், பூமியை ஒரு ராட்சசன் பாயாக சுருட்டினான் என்றால் அப்போது எங்கிருந்து கொண்டு சுருட்டி இருப்பான்? சமுத்திரத்திற்குள் போய் ஒளிந்து கொண்டான் என்றால் அப்போது சமுத்திரம் எதன்மேல் இருந்திருக்கும்? கடவுளுக்குச் சக்தி இருந்தால் பூமியை மீட்க பன்றி உருவம் எதற்கு? பன்றியைப் பார்த்துப் பூமிதேவி அவனைக் கலவி செய்ய ஆசைப்பட்டாளென்றால் பூமி தேவியின் யோக்கியதை எவ்வளவு இழிவானது? இதை அந்நியர்கள் கேட்டால் என்ன சொல்லுவார்கள்? நம்மைப் பற்றி என்ன நினைப்பார்கள்?

ஆகவே, பாமர மக்களுக்குப் புத்தி இல்லாவிட்டாலும், பார்ப்பன அடிமைகளான பல பார்ப்பனரல்லாத காங்கிரசுகாரர்களுக்குச் சுரணை இல்லாவிட்டாலும், மற்ற தமிழ்ப் பண்டிதர்களும், தங்களை உண்மைத் தமிழ் மக்கள் என்று கருதிக் கொண்டு இருப்பவர்களுமாவது இவற்றை நன்றாய் கவனித்துப் பார்த்துப் பண்டிகை கொண்டாடாமல் இருந்து மற்ற பாமர மக்களுக்கு வழிகாட்ட வேண்டாமா என்று கேட்கின்றோம். இந்தி ஆரிய பாசை என்றும், ஆரியப் புராணங்களைத் தமிழர்களுக்குப் படிப்பித்து ஆரியக் கதைகளைப் புகுத்தி ஆரிய ஆதிக்கத்தை நிலைநாட்டவே இந்தியைக் கட்டாயமாய் ஆரியர்கள் புகுத்துகிறார்கள் என்றும், சொல்லிக் கொள்ளுவது உண்மையானால் - அதற்காகத் தமிழ் மக்கள் அதிருப்தியும், மனவேதனையும்படுவது உண்மையானால் - தமிழ் மக்கள் சார்பாளர் என்று சொல்லிக் கொள்ளும் பண்டிதர்கள் தீபாவளி கொண்டாடுவார்களா?" (ஈ.வெ.ரா., குடிஅரசு *31.10.1937*)

தீபாவளியைப் பற்றி பல கதைகள் உண்டு. வடநாட்டவரைப் பொறுத்தளவில் (குஜராத்திகள், மார்வாரிகள்) தீபாவளி இலக்குமிக்கு உரிய நாள். அவர்களது புத்தாண்டின் தொடக்க நாளாகும். வணிகர்கள் புதுக் கணக்கை அந்த நாளில்தான் தொடங்குகிறார்கள். வங்காளிகள் தீபாவளியை காளி அல்லது துர்க்கைக்குரிய நாளாகக் கொண்டாடுகிறார்கள். இன்னும் சில இனத்தவருக்கு தீபாவளி நாள் இராமன் வனவாசம் முடித்து

அயோத்திக்குத் திரும்பிய நாள். தமிழ்நாட்டைப் பொறுத்தளவில் தீபாவளி நரகாசுரன் என்ற அசுரன் கொல்லப்பட்ட நாள். இவ்வாறு தீபாவளி குறித்து ஒவ்வொரு பகுதியிலும் ஒவ்வொரு புனைவுக் கதை உலா வருகிறது.

“தீபாவளிப் பண்டிகை தமிழர்க்கு உரியது அன்று, அது புராண மதத்தைச் சார்ந்தது” என்று தமிழ்ப் பெரும் புலவர், பேராசிரியர் கா.சுப்பிரமணிய(ன்) பிள்ளை (நூல்: தமிழர் சமயம்), “தீபாவளி என்பது வடநாட்டு மார்வாரிகளும், குஜராத்திகளும் கொண்டாடும் புதுக்கணக்கு புத்தாண்டுப் பிறப்பு விழா. தமிழர்க்கும், தீபாவளிக்கும் தமிழ் இலக்கியத்திற்கும் யாதொரு சம்பந்தமும் இல்லை” எனப் பேராசிரியர் சைவப்பெரியார் அ.கி. பரந்தாமனார் (நூல்: மதுரை நாயக்கமன்னர் கால வரலாறு), “தீபாவளி சமணசமயப் பண்டிகை. ஆரியப் பார்ப்பனர்கள் கட்டுவித்த கற்பனைக் கதையே தீபாவளி” என்று சைவத் தமிழ் பெரியார் மறைமலை அடிகள் (நூல்: தமிழர் மதம்) போன்ற தமிழ்ச் சான்றோர்கள் குறிப்பிடுகின்றனர். மேற்காணும் சான்றுகள் தீபாவளி தமிழர்களின் விழா இல்லை என்பதைத் தெளிவுபடுத்துகின்றன.

2020 ஆம் ஆண்டு பெரும் நோய் தொற்றுக் காலத்தில் வாழ்ந்து கொண்டிருக்கின்றோம். இந்திய ஒன்றிய தலைமையமைச்சர் மோடியும், தமிழ்நாடு முதலமைச்சர் பழனிச்சாமியும் தீபாவளியைப் பாதுகாப்பாக கொண்டாடுங்கள். அதிக அளவில் மக்கள் கூடவேண்டாம். தொற்று பரவும் அபாயம் உள்ளது என்று தொலைக்காட்சிகளில் கூறினார்கள். இந்திய ஒன்றியத் தலைநகர் தில்லியில் காற்றில் உள்ள மாசின் அளவு நாளுக்குள் அதிகரித்துக் கொண்டிருக்கின்றது. தீபாவளி நேரத்தில் வெடிக்கப்படும் வெடிகளின் புகையால் காற்றில் மாசின் அளவு மேலும் அதிகரித்து, தில்லி மாநகர் வாழத்தகுதியற்ற பகுதியாக மாறும் சூழல் ஏற்பட்டுவிடும் என்ற நிலைதான் தற்போது. மேலும், வெடிகளின் குப்பைகள் ஒரே நாளில் பல டன் கணக்கில் குவிந்துவிடுகின்றன. சுற்றுச்சூழலுக்குச் சவாலாக உள்ளது தீபாவளி.

“அறிவுக்குப் பொருத்தமற்ற, புராணத்தை அடிப்படையாகக் கொண்டுள்ள தீபாவளி கொண்டாடப்பட வேண்டுமா?” என்று 75 ஆண்டுகளுக்கு முன்பு தந்தை பெரியார் எழுப்பி கேள்விகள் இன்னும் உயிர்ப்புடன்தான் இருக்கின்றன.

தந்தை பெரியாரும் சாதி ஒழிப்பும்

கடந்த மாதத்தில் சமூக வலை தளங்களில் "இந்தி தெரியாது போடா" என்ற ஹேஷ்டாக் ரெண்டிங் ஆனது. உடனே பல வண்ண பனியன்களில் இந்தி தெரியாது போடா என்ற வாசகம் பொறிக்கப்பட்டு மிகப்பெரிய அளவில் விற்பனையானது.

டிரெண்டிங் முடிந்த சில நாள்களில் தமிழர்களின் இந்தி தெரியாது போடா என்பது சரியான உணர்வுதான். இப்படிச் சொல்லும் தமிழர்கள்"சாதி வேண்டாம் போடா" என்று டிரெண்டிங் செய்வார்களா? என்று பலரும் கேட்டிருந்தார்கள். அதிலும் குறிப்பாக கல்லூரியில் என்னிடம் படித்த பல மாணவர்கள் இதில் அடக்கம். அவர்கள் அனைவரும் பட்டியலினம் சார்ந்தவர்கள் என்பதையும் புரிந்து கொண்டேன். பின்னர் முகநூலில் "சாதி வேண்டாம் போடா" என்று போஸ்டர் போட்டிருந்த மாணவருக்கு, பின்வரும் பதிலை நான் எழுதினேன்.

"சாதி ஒழிக்கப்பட வேண்டும். அது வேரோடும் வேரடி மண்ணோடும் பிடுங்கியெறியப்பட வேண்டும் என்பதில் இருவேறு கருத்தில்லை. என்றாலும், சாதி என்பதை மதம் தாங்கிப்பிடித்துக் கொண்டிருக்கிறது.

மதம் கடவுள் நம்பிக்கையை இறுகப் பற்றிக் கொண்டிருக்கிறது. கடவுள் நம்பிக்கையைக் கோவில்கள் நிறுவனமயப்படுத்தியுள்ளது. நிறுவனமயமான கோவில்கள்

பார்ப்பனர்களின் கட்டுப்பாட்டில் உள்ளன. கோவில்களில் உள்ள பார்ப் பனர்களையும் சிலைகளையும் அப்புறப்படுத்தப்பட வேண்டும். பின்னர் கோவில்கள் தரைமட்ட மாக்கப்பட வேண்டும். இதனால் மனிதர்களைப் பிடித்துள்ள மதம் ஒழியும். மதம் ஒழிந்தால் சாதி ஒழியும். சாதி ஒழிய இவ்வளவு பெரிய நடைமுறைகளைச் செயல்படுத்த வேண்டும். சாதி மட்டும் ஒழியவேண்டும். மதம் இருக்கவேண்டும். சாமி சிலைகள் இருக்க வேண்டும். கோயில்கள் இருக்கவேண்டும். பார்ப்பனர்களும் இருக்க வேண்டும் என்றால் ஒருநாளும் சாதி ஒழியாது" என்று குறிப்பிட்டிருந்தேன்.

அந்த மாணவர்," ஐயா, உங்களின் விளக்கம் மிகவும் துல்லியமாக உள்ளது. விளக்கத்திற்கு நன்றி" என்று முகநூலில் எழுதியிருந்தார். உடனே நான், "நான் அளித்த விளக்கங்கள் அனைத்தும் என்னுடைய மூளையில், சொந்தப் புத்தியில் உருவானது அல்ல. தந்தை பெரியார் அவர்கள் 1930ஆம் ஆண்டிலிருந்து, இந்தி எதிர்ப்பு, பார்ப்பன எதிர்ப்பு, கடவுள் இல்லை என்ற முழக்கம் இவற்றின் வழியாக சாதி ஒழிப்பை முன்னிறுத் தினார். அவரின் கருத்துகளைப் படித்துதான் நான் விளக்கங்களை எழுதினேன். உன் நன்றி தந்தை பெரியாருக்குத்தான் முறையாகச் சேர வேண்டும்" என்று மறுமொழி விடுத்தேன். மீண்டும் அவர், "தந்தை பெரியாருக்கு நன்றி" என்று குறிப்பிட்டிருந்தார்.

தந்தை பெரியார் சாதியை ஒழிக்க முன்வைத்த எந்த கருத்தையும் தமிழர்களில் பலர் ஏற்கவில்லை. குறிப்பாக, தமிழ்நாட்டில் வாழ்ந்த பார்ப் பனர்கள் சாதி ஒழிப்பு என்பது பார்ப்பன ஒழிப்பு என்பதைப் புரிந்து கொண்டார்கள். அதனால்தான் மறைந்த காஞ்சி மடத்தின் சங்கராச்சாரி சந்திரசேகர் "ஜாதி ஷேமகரமானது. (நல்லது). தீண்டாமைதான் ஒழிக்கப் பட வேண்டும்" என்று கூறினார். இந்தத் தகவல் ஆனந்தவிகடன் வெளியிட்டுள்ள தெய்வத்தின் குரல் என்னும் நூலில் பதிவு செய்யப் பட்டுள்ளது. அரசியல் சாசனத்தின் சட்டவரைவை அம்பேத்கர் அவர்கள் தயாரித்தபோது, "சாதி ஒழிப்பு" குறித்து எழுதியுள்ளார்.

சாதி ஒழிப்பு என்பதை தீண்டாமை ஒழிப்பாக மாற்ற முனைந்தவர் மறைந்த சங்கராச்சாரி சந்திரசேகர் என்பது வரலாற்றில் பதியப்பட் டுள்ளது. "சாதி ஒழிப்பு வேலை என்பது சாமான்யமானதல்ல, அரசாங் கங்களின் உத்தரவுகள் அற்ப அளவுக்குத்தான் பயன்படுமேயன்றி, சாதியை அறவே ஒழிக்கப் பயன்படாது" என்று தந்தை பெரியார் தெளிவாகக் கூறியுள்ளார் (விடுதலை-10.01.1947).

மேலும் பெரியார் கூறுகிறார், "சாதியை ஒழிப்பதற்குப் பல அடிப் படை முறைகள் இருக்கின்றன. அய்யர், முதலியார், பிள்ளை, அய்யங்கார்,

செட்டியார், நாயுடு, நாயக்கர், ரெட்டியார், நாடார் முதலிய சாதிப் பட்டங்கள் சட்டப்பூர்வமாகத் தடுக்கப்பட வேண்டும். புதிதாக மணம் புரிவோர் அத்தனைபேரும் கலப்புமணம் செய்யுமாறு தூண்டக்கூடிய சட்டங்களை இயற்றவேண்டும். ஒரே சாதிப் பிரிவில் திருமணம் செய்பவர்களுக்குப் பல கஷ்டமான நிபந்தனைகளையும், கட்டுத் திட்டங்களையும் விதித்து, அத்தகைய திருமணம் புரிபவர்களுக்குச் சமுதாயத்தில் செல்வாக்கில்லாமல் செய்யவேண்டும். சாதிகளைக் குறிக்கும் நெற்றிக்குறி, உடை, பூணூல் முதலிய சின்னங்களையும் சட்டப்பூர்வமாகத் தடுக்கவேண்டும். இவ்வாறு செய்தால்தான் சாதிகள் அடியோடு ஒழியும்.

இவை மட்டுமல்ல, சாதிக்கு அடிப்படையாக இருப்பது இந்து மதம். அதை ஆதரித்து நிற்பவைகள் எவை? வேதம், இதிகாசம், சாஸ்திரம், புராணம் முதலிய கட்டுக்கதைகள். இவைகளுக்கு அடிப்படையாக உள்ளவை இந்து மதக் கடவுள்கள் என்று கூறப்படும் முழுக் கற்பனைகள். இவ்வளவையும் ஆணிவேருடன் பிடுங்கி எறிந்தாலொழிய, சாதியை எப்படி ஒழிக்கமுடியும்? இவ்வளவையும் காப்பாற்றுவதற்காகவுள்ள ஒரு சமுதாயமான பார்ப் பனர்களின் - வைதிகர்களின் மனப்பான்மையை மாற்றியாக வேண்டும். அல்லது அவர்களைத் தனியாகப் பிரித்து நீக்கி வைக்கவேண்டும். ஏன்? சாதிகள் ஒழிவதனால் பாதிக்கப்படுபவர்கள் பார்ப்பனர்களே. எல்லா இயக்கங்களிலும் பார்ப்பனர்கள் இருக்கிறார்களேயொழிய, சாதிகளை ஒழிப்பதென்பதைக் கொள்கையாகக் கொண்டு இடைவிடாது தொண்டாற் றக்கூடிய ஒரு பார்ப்பனராவது இன்று இந்த நாட்டில் இருப்பதாக யாராவது எடுத்துக்கூற முடியுமா? என்று அறைகூவிக் கேட்கிறேன்" என்று தந்தை பெரியார் பேசியும் எழுதியும் உள்ளார்.

பெரியார் 1947-இல் "இன்று" என்ற சொல்லைப் பயன்படுத்தியுள்ளார். 2020ஆம் ஆண்டிலும் பெரியார் பயன்படுத்திய "இன்று" என்ற சொல்லுக்கு உயிர்ப்பு இருக்கதானே செய்கிறது என்பதுதான் வியப்பாக உள்ளது. சாதி ஒழியக்கூடாது என்றுதான் இப்போது பார்ப்பனர்கள் இந்து மதத் தைக் கட்டியழுது கொண்டிருக்கிறார்கள். இந்து மதத்திற்கு எதிராக யாரும் எதையும் பேசிவிடக்கூடாது என்று மிகவும் எச்சரிக்கையுடனும் கவனத்துடனும் இருந்து வருகிறார்கள். இந்து மதத்தை விமர்சனம் செய்து, இழிவாகப் பேசி எங்களின் நம்பிக்கையைக் கேவலப்படுத்து கிறார்கள், மனதைப் புண்படுத்துகிறார்கள் என்று ஊடகங்களில் அன்றாடம் பாஜகவில் உள்ள பார்ப்பனர்கள், பார்ப்பனீய ஆதரவாளர்கள் ஒப்பாரி வைப்பதைக் கேட்டுக் கொண்டிருக்கிறோம். ஒருபடி மேலே சென்று காவல்துறையிடம் புகார் அளிக்கிறார்கள். காவல்துறை உடனே இந்து மதத்தை இழிவு செய்தார், இந்துக்களின் மனதைப் புண்படுத்தி விட்டார்கள்

என்று முதல் தகவலறிக்கை தயார் செய்கிறது. அடுத்த நடவடிக்கை கைது செய்கிறது. பிணையில் வெளியே வரமுடியாத தேசதுரோக வழக்கு அல்லது குண்டர் சட்டத்தின் அடிப்படையில் வழக்குத் தொடரப்படுகிறது. இதன் அடிப்படை என்னவாக உள்ளது என்றால், இந்து மதத்தைக் காப்பாற்றும் நடவடிக்கையாக உள்ளது என்பதைவிட இந்து மதம் தாங்கிப்பிடித்துக் கொண்டுள்ள சாதியைக் காப்பாற்றுவதாவே உள்ளது என்பதுதான் உண்மை.

"இந்து மதம் ஒழிந்தால்தான் சாதி ஒழியும். இந்து மதம் ஒழிந்தால் பார்ப்பனீயம் அதேநேரத்தில் ஒழிந்துபோகும். இதைப் பஞ்சமா பாதகம் செய்யும் பார்ப்பனர்கள்கூட விரும்ப மாட்டார்கள். 'இங்கிலீஷ் அரசிய லமைப்பு' என்ற நூலை எழுதிய பேராசிரியர் டிசே 'புரட்சி மனப்பான்மை யுடைவன் போப் ஆகவே மாட்டான். போப் ஆகும் மனிதன் புரட்சி செய்ய விரும்பமாட்டான்' என்று கூறியிருக்கிறார். அதுபோலவே, பார்ப்பனனாகப் பிறந்தவன் சாதி ஒழிப்புப் புரட்சிக்காரன் ஆகவே மாட்டான். ஏனெனில், போப்புக்குள்ள அதிகாரம் அதிகம், அவற்றைக் காட்டிலும் நூறு மடங்கு அதிகம் இந்நாட்டுப் பார்ப்பனர்களுக்கு இருக்கின்றது. இவர்கள் இதர சாதிகளைத் தூண்டிவிட்டு, 'பார்! கழுதையும் குதிரையும் ஒன்றாகுமா? ஐந்து விரல்களும் சரியாகுமா' என்று கூறிப் பிரித்து வைத்துக்கொண்டேதான் இருப்பார்கள். ஒரே ஒரு கடைசிப் பிராமணன் இந்நாட்டிலிருக்கும் வரையில் இந்தப் பிரித்தாளும் பித்தலாட்ட வேலையைச் செய்துகொண்டுதான் இருப்பான்" என்று பெரியார் 90 ஆண்டுகளுக்கு முன்பு சொல்லி வந்த கருத்துகள் காலமாற்றத்தால் கரைந்து போகாமல் அவைகள் கெட்டிப்பட்டுக் கொண்டிருக்கின்றன என்பதை நிகழ்கால சமூக, அரசியல் களங்கள் நமக்குத் தெளிவாகக் கூறிக் கொண்டிருக்கின்றன.

இந்திய அரசமைப்புச் சட்டத்தில், மதத்தின் பேரால் ஜாதியைக் கெட்டியாகப் பாதுகாக்கக்கூடிய சில பிரிவுகளைக் கொளுத்தச் சொல்லி தந்தை பெரியார் பொதுமக்களிடம் பரப்புரை செய்தார். அந்தப் பிரிவுகள் 13(2), 25(1), 26, 29(1)(2) 368 என்பவையாகும். "ஒரு சுதந்திர நாட்டில் ஜாதியைப் பாதுகாக்கும் இந்தப் பகுதிகளைக் கொண்ட அரசமைப்புச் சட்டம் இருக்கலாமா? ஜாதி இருக்கும் நாட்டில் சுதந்திரம் இருக்குமா? சுதந்திர நாட்டில் பிராமணன் - சூத்திரன் என்ற பேதம் ஏன்? பேதத்தை ஒழிப்பதுதானே உண்மையான சுதந்திரம்?" என்ற வினாவை எழுப்பினார் தந்தை பெரியார். தஞ்சையிலே ஜாதி ஒழிப்பு (தனி) மாநாடு கூட்டி, இரண்டு இலட்சத்துக்கும் அதிகமானோர் கூடிய அந்த மக்கள் கடலின் முன் ஓர் அறிவிப்பை - தீர்மானத்தைக் கொடுத்தார்

தந்தை பெரியார் (3.11.1957). "15 நாட்கள் வாய்தா தருகிறேன் மத்திய அரசுக்கு. அதற்குள் ஜாதியைப் பாதுகாக்கும் இந்தப் பகுதிகளை நீக்க வேண்டும். இல்லையேல் பட்டப்பகலில் முன்கூட்டியே அறிவித்து விட்டு ஜாதியைப் பாதுகாக்கும் அரசமைப்புச் சட்டத்தின் - இந்தப் பகுதிகள் கொளுத்தப்படும்" என்று அறிவித்தார். சிறீரங்கம் பொதுக் கூட்டத்தில் பேசிவிட்டு, மறுநாள் சென்னையில் சட்டத்தைக் கொளுத் தவிருந்த தந்தை பெரியாரை, 25.11.1957 மாலை - சிறீரங்கம் பொதுக் கூட்டத்திற்குப் புறப்படத் தயாராக இருந்தபோது முன்கூட்டியே கைது செய்தது காவல்துறை.

1957 நவம்பர் 26ஆம் நாள் தமிழ்நாடெங்கும் 10ஆயிரம் பேர் ஜாதியைப் பாதுகாக்கும் இந்திய அரசியல் சட்டத்தின் பிரிவுகளைத் தீயிட்டுக் கொளுத்தினர். அவர்களை நீதிமன்றத்தில் நேர்நிறுத்தி (ஆஜர் படுத்தி) வைக்கப்பட்ட பொழுது யாரும் எதிர் வழக்காடவில்லை. அதே நேரத்தில் சட்டத்தை எரித்த தோழர்கள் என்ன கூற வேண்டும் என்ப தையும் அறிக்கை மூலம் தெரிவித்தார் தந்தை பெரியார். அதுபோலவே சட்ட எரிப்புப் போராட்டத்தில் கலந்துகொண்டு கைது செய்யப்பட்டவர்கள் நீதிமன்றத்தில், "நான் சாதி ஒழிப்புக் கிளர்ச்சிக்காரன். இந்திய அரசமைப்புச் சட்டத்தில் ஜாதிக்கும், அதை உண்டாக்கிய மதத்துக்கும் பாதுகாப்பு அளிக்கப் பட்டிருக்கிறது. அரசமைப்புச்சட்டம் தமிழர் நலனுக்காக வகுக்கப்படவு மில்லை; அச்சட்டத்தைத் திருத்தக்கூடிய வசதி தமிழர்களுக்கு இல்லை. ஆதலால் என் எதிர்ப்பைக் காட்டிக்கொள்ளும் அறிகுறியாக இச்சட்டத் தைக் கொளுத்தினேன். இப்படிக் கொளுத்துவதற்கு எனக்கு உரிமை யுண்டு. இதனால் எந்த உயிருக்கும், எந்தப் பொருளுக்கும் சேதமில்லை. ஆதலால் நான் குற்றவாளியல்ல. இந்த நீதிமன்ற நடவடிக்கையில் நான் கலந்து கொள்ளவிரும்பவில்லை. நான் எதிர் வழக்காடவும் விரும்பவில்லை. நான் குற்றவாளி என்று கருதப்பட்டால் அதற்குரிய தண்டனையை மகிழ்ச்சியுடன் ஏற்றுக்கொள்ளத் தயாராயிருக்கிறேன்" என்று அனைவரும் கூறினர். சென்னை மாகாணம் நிறைவேற்றியிருந்த சட்டத்தின்படி அனை வருக்கும் ஓராண்டு சிறைத் தண்டணை வழங்கப்பட்டது.

திருச்சி பொன்மலையை அடுத்துள்ள கீழக் கல்கண்டார்கோட்டை என்னும், நான் பிறந்த சிற்றூரில் சட்ட எரிப்புப் போராட்டத்தில் 18 பேர் சிறை சென்றார்கள். அனைவரும் அந்தக் காலத்தில் இளைஞர்கள். சிறைத் தண்டணை முடித்து வெளியே வந்தபோது, சட்டத்தை எரித்து சிறைக்குச் சென்றார்கள் என்ற காரணத்திற்காக அரசு வேலை வாய்ப் பிருந்தும் கிடைக்கவில்லை. கீழக் கல்கண்டார்கோட்டை பெரியார் தெருவில் இன்றும் சட்ட எரிப்பு போராட்ட ஈகியர் சீனிவாசன் வாழ்ந்து

கொண்டிருக்கிறார்.

சாதி ஒழிப்புக்காக தமிழர்களுக்குத் தந்தை பெரியார் 9 கட்டளைகளை இட்டுள்ளார்.

1. எந்த இந்துக் கோயிலுக்கும் பிற்படுத்தப்பட்ட, கீழ்சாதி மக்கள் யாரும் போகக்கூடாது.

2. இந்து மதக் கடவுள்களைக் கும்பிடக்கூடாது.

3. இந்து மதப் பண்டிகைகளைக் கொண்டாடக்கூடாது.

4. நெற்றியில் எந்தவிதமான குறிகளையும் சின்னங்களையும் அணியக்கூடாது.

5. உச்சிக் குடுமியை - சோட்டி - யாரும் வைத்துக் கொள்ளக் கூடாது.

6. வைதீகச் சடங்குகள் எதையும் செய்யக்கூடாது.

7. எந்தவிதமான சடங்குகள், நிகழ்ச்சிகளுக்கும் பார்ப்பானை அழைக்கக்கூடாது.

8. இந்துக் கடவுள் படங்களை உங்கள் வீட்டில் எங்கும் மாட்டக் கூடாது.

9. பார்ப்பனர்களால் நடத்தப்படும் உணவுச்சாலை, சிற்றுண்டிச் சாலைகளுக்குப் போகக்கூடாது.

இந்த கட்டளைகளில் கூடாது என்பவைகளைக் கைக்கொண்டால்தான் சாதி ஒழிப்பு சாத்தியம் என்ற பேருண்மையை விளங்கிக் கொள்ள வேண்டும். சாதி ஒழிப்பு என்பது பல படிநிலைகளைக் கொண்டது என்பதை உணர்ந்துகொண்டு சாதி ஒழிக்க விரும்புவோர் செயல்பட வேண்டுமே தவிர, “சாதி வேண்டாம் போடா” என்று சொல்வதன் மூலம் சாதி ஒழியாது என்பதையும் புரிந்துகொள்ள வேண்டும். அதற்கு அடிப்படையாக தந்தை பெரியாரின் கருத்துகளை ஒருபக்கச் சார்பில்லாது சமநிலைக் கண்ணோட்டத்தோடு அறிந்துகொள்வது என்பது அடிப்படைத் தேவையாகும்.

பெரியார் எனும் பெரும் நெருப்பு

நீர் நிறைந்த இந்த உலகத்தில் எல்லாவற்றையும் அழிக்கும் ஆற்றல் நெருப்புக்கு மட்டுமே உண்டு. அதன் வெப்பநிலை உயர்வில் எல்லாம் அழிந்துபோகும். அப்படித்தான் தந்தை பெரியாரும் பெருநெருப்பு போன்றவரே. பெரியாருக்குச் சரி என்று மனத்திற்குப்பட்டதை வெளிப்படையாக ஆதரித்தார். தவறு அல்லது இது சரியல்ல என்பவனவற்றை யெல்லாம் விமர்சனம் செய்து, அதன் இருப்பைக் கட்டுடைத்தார். இந்தப் பெரு நெருப்பின் வரலாறு அறியாத சங்கப் பரிவாரங்களின் ஆதரவாளர்கள், பெரியார் காலத்திலிருந்து முன் வைக்கும் கேள்வி இதுதான்.

"இந்து மதத்தை இவ்வளவு கடுமையாக எதிர்க்கும் ராமசாமி நாயக்கர், கிறித்தவ, இஸ்லாம் மதங்களை ஏன் எதிர்க்கவில்லை?" என்பதே. அதற்கு, "உன்னுடைய இந்து மதம்தானே என்னைச் சூத்திரன் என்று சொல்லுகிறது? இழிவுபடுத்துகின்றது? தொட்டால் தீட்டு, பார்த்தால் தீட்டு என்கிறது? சாமியைக் கும்பிட கோயிலுக்குள் நுழையக்கூடாது என இந்து மதத்தில் தானே வருணதர்ம சட்டம் இருக்கிறது? அதனால்தான் இந்து மதத்தை எதிர்க்கிறேன். பிற மதங்களிலும் இருக்கும் பிற்போக்குத்தனத்தை, மூட நம்பிக்கைகளை நான் எதிர்த்துதான் வருகிறேன். மதம், சாதி, மொழி - இவற்றின் பெயரில் எனக்குப் பற்று என்பதே எப்போதும் கிடையாது. மனிதர்கள் மீதே எனக்கு பற்று உண்டு" என்று பெரியார் தன் மன உணர்வு களைப் போட்டுடைத்தும், இன்றும் ராமசாமி நாயக்கர் ஏன் பிற மதங்களை எதிர்க்கவில்லை? என்று சொன்னதைச் சொல்லும் கிளைப்பிள்ளைப்

போல் தொடர்ந்து சொல்லிக் கொண்டிருக்கிறார்கள். அவர்களின் நோக்கம் பெரியாரை எப்போதும் கேள்விக்குள்ளாக்குவதே. பெரியார் கேள்விகளால் வளைந்து போகாமல், அவற்றுக்குரிய பதில்களைக் கொடுத்து ஆச்சர்யக் குறியாய் நிமிர்ந்து நின்றவர் என்பதைத்தான் வரலாறு நமக்குத் தொடர்ந்து கற்பித்துக் கொண்டிருக்கிறது.

இந்துமதப் பற்றாளர்கள் என்பதைவிட வெறியர்கள் கடுமையாகத் தொடர்ந்து எதிர்த்துக் கொண்டிருக்கும் ஒரு மதம் எதுவெனில் கண்ணை மூடிக் கொண்டு சொல்லாம் இஸ்லாம் என்று. காரணம் அல்லாவைக் கடவுளாக கொண்டு, குரானை மறை நூலாகக் கொண்டுள்ள இஸ்லாமியர்கள் காலம்காலமாகச் சொல்லி வருவது, “இஸ்லாம் எங்கள் வழி, இன்பத் தமிழ் எங்கள் மொழி” என்பதாகும். இந்து என்பவன் ‘இந்து மதம் எங்கள் வழி, இன்பத் தமிழ் எங்கள் மொழி’ என்று சொல்லமுடியுமா என்றால் சொல்ல முடியாது. இந்து என்பவன் எதை வேண்டுமானாலும் மறைநூலாகக் கொள்ளலாம். ஆனால் தமிழ்மொழியைப் போற்றக்கூடாது, பாராட்டக்கூடாது. தமிழ் நீஷபாசை (நீசர்கள், பார்ப்பனர்களுக்கும் சூத்திரப் பெண்களுக்கும் முறையற்ற வகையில் பிறந்தவர்கள் - மனு) சமஸ்கிருதம் தேவபாஷை என்றே சொல்லவேண்டும். மனித இனத்தின் பண்பாடு என்பது உலகம் முழுமையும் மொழி வழிப்பட்டது. உயர்ந்த மொழிகளில் உயர்ந்த பண்பாடுகளும், வளர்ச்சியுறாத மொழிகளில் பண்பாட்டுக் கூறுகள் குறைந்தே இருக்கும். இன்றைக்கு இஸ்லாமியர்கள் இன்பத் தமிழ் என்ற சொல்தொடரைக் கைவிட்டால், அவர்களின் மீதான தாக்குதல் கொஞ்சம் குறையும் வாய்ப்புள்ளது.

தந்தை பெரியார் சமூகங்களை ஆய்வு செய்து ஏற்றத்தாழ்வுகளுக்கானக் காரணிகளை அடையாளங்கண்டு, மக்களிடம் பரப்புரை செய்து, மக்களைச் சிந்திக்க வைத்தார். அப்படி மதங்களையும் பெரியார் ஆய்வு செய்துள்ளார். இஸ்லாம் மதம் போற்றும் சகோதரத்துவம், வருமானத்தில் 3 விழுக்காடு ஏழைகளுக்கு உதவி செய்வது, தீண்டாமை, சாதியக் கொடுமைகள் இல்லாமல் இருப்பது, இஸ்லாம் வாழ்வியல் சட்டங்கள் அறிவுப்பூர்வமாக இருப்பது என்பவனவற்றையெல்லாம் பெரியார் பாராட்டியுள்ளார். ஒரு படி மேலே சென்று, இந்து மதத்தின் கொடுமைகளை எதிர்த்து தான் வேறுஒரு மதத்தைத் தழுவவேண்டும் என்றால் அது இஸ்லாம் மட்டுமே என்பதையும் கூறியுள்ளார். என்றாலும் இஸ்லாம் மதத்தில் உள்ள முற்போக்குக்கு எதிரான, பகுத்தறிவுக்கு ஒவ்வாத கருத்துகளைப் பெரியார் கடுமையாக எதிர்த்துள்ளார் என்பதே உண்மை. இந்த உண்மை மருந்துபோல கசக்கத்தான் செய்யும் என்பதை அறிந்தே சமூக நோய் நீக்கும் மருத்துவரான பெரியார் கருத்துகளைத் தெரிவித்துள்ளார்.

"எந்த மனித சமுதாயம் பழைமையிலுள்ள தீமைகளைக் களைந்து புதுமையிலுள்ள நன்மைகளை ஏற்றுக்கொள்கிறதோ, அந்தச் சமுதாயம்தான் வாழ்க்கை ஏணியில் ஏறிச் செல்லமுடியும். மதம், மத ஆதாரம் என்பவை யாவும் மனிதனுக்காக, மனிதனால் வகுக்கப்பட்டவை என்ற உண்மையை உணராத மக்கட் பிரிவு அறிவுத் துறையில் முன்னேறவே முடியாது. மனிதன் மதத்திற்கு அடிமையாக இருத்தல்கூடாது. அது மனிதத் தன்மைக்கே இழுக்கு. சமயம் என்பது சமயத்திற்கேற்றபடி வளைந்து கொடுக்கக்கூடிய தாக இருக்கவேண்டும். வளைந்து கொடுத்துக் கொண்டுதான் இருக்கும். உச்சிக்குடுமிதான் மதக்கட்டளை; தாடியும், மொட்டைத் தலையுந்தான் மதக்கட்டளை என்றிருந்தது. இன்று மாறிவிட வில்லையா? 100-க்கு 99 பேர் கிராப் தலைகள் ஆகிவிடவில்லையா? அதுபோல, அவசியத்திற்கும், தேவைக்கும், வசதிக்கும், அறிவுக்கும், விஞ்ஞானத்திற்கும் தக்கபடி மதக் கட்டுப்பாடுகள் நீண்டு கொடுக்க வேண்டும். மதத்தின் தத்துவம் வேறு, அதன் புறக்கட்டுப்பாடுகள் வேறு; இத்துறையில் இஸ்லாம் முன்னணியில் இருப்பது குறிப்பிடத்தக்கது. இதிலுள்ள மதச்சடங்குகள், அர்த்தமற்ற கட்டுப்பாடுகள் மிகக் கொஞ்சம் என்றே கூறலாம். முஸ்லிம் இளைஞர் உலகம் இச்சிறு கட்டுப்பாடுகளைக்கூட உடைத்து வருவது மகிழ்ச்சிக் குரியது.

உதாரணமாக மொஹரம் பண்டிகை என்ற பெயரால் புலிவேஷம் போட்டு ஆடுவதும், பஞ்சா தூக்கி ஆடுவதும் வரவரக் குறைந்துகொண்டே வருகிறது. ஆனால், இஸ்லாம் மதத்திற்குச் சிறிதும் தொடர்பில்லாத இந்த அநாகரிக முறைகளை முஸ்லிம் இளைஞர்கள் அடியோடு ஒழித்துவிடப் பாடுபடவேண்டும். சென்னையில் மாரடி என்ற பெயரால் ஆண்டுதோறும் நடைபெற்று வரும் ஆபாச முறையை முஸ்லிம்கள் கிளர்ச்சி செய்து நிறுத்திவிடவேண்டும். பக்கிரிகள் மயில்தோகை கொண்டு மந்திரிப்பது, ஹிந்துக்கள் நாகூரில் சென்று மொட்டையடித்துக் கொள்வது ஆகிய அறிவீனமான செயல்களை முஸ்லிம் அறிஞர்கள்தாம் நிறுத்த வேண்டும். முஸ்லிம் பத்திரிக்கை உலகம் இவைகளைத்தான் தன் முதற்கடமையாகக் கருதவேண்டும்.

அடுத்தபடி முக்கியமானது முஸ்லிம் பெண்களிடையே திணிக்கப் பட்டிருக்கும் கோஷா முறை. இதனால் எத்தனை அமீருதீன்கள், பேகம்ஷா, நாவஸ்கள், அருணா, அஸல், அலிகள் ஆகியோர் குடத்திலிட்ட விளக்கு களைப் போலக் கிடக்கிறார்கள் என்பதை ஒரு நிமிடமாவது நினைத்துப் பார்த்தால், முஸ்லிம் அறிஞர்கள் இந்தத் தீய முறையை ஒழிப்பதற்குத் தாமதிக்கவே தொடங்கியிருக்கின்றனர். ஒரு சிலர் உயர்தரக் கல்விக் கூடங் களில் பயின்று வருகின்றனர். முஸ்லிம் பெண்களிடையே ஆயிரக்கணக்கான

பெண் டாக்டர்கள், ஆசிரியைகள், எழுத்தாளர்கள், பேச்சாளர்கள், வக்கீல்கள், அரசியல்வாதிகள் தோன்றவேண்டும். அப்படியானால், பெண்களை முகமூடியிட்டு அடக்கி வைத்திருப்பது நிறுத்தப்பட வேண்டும். சேலம் நகர சபையினர் இத்துறையில் சென்னை நகர சபையினரைக் காட்டிலும் முற்போக்குடன் நடந்து கொண்டிருப்பது பற்றிப் பாராட்டுகிறோம். முஸ்லிம் பெண் பள்ளிகளுக்குச் செல்லும் மாணவிகளுக்காகவும், ஆசிரியைகளுக்காகவும் இதுகாறும் இருந்துவந்த கோஷா வண்டிகளைப் புதிய நகரசபையார் நிறுத்தி விட்டார்களாம். முஸ்லிம் பெண்ணுலகத்துக்குச் சேலம் நகரசபையார் செய்துள்ள நன்றியை அவ்வூரில் பெண்கள் என்றுமே மறக்கமாட்டார்கள். சென்னை நகர சபையானது மற்ற ஊர்களுக்கு வழிகாட்டத் தவறிவிட்டாலும், சேலத்தைப் பின்பற்றியாவது நடக்கும் என எதிர்பார்க்கிறோம்.

ஈரானில் முஸ்லிம் பெண்கள் முகமூடியில்லாமல் கடைகளுக்குச் செல்வதாகவும், அப்பேர்ப்பட்டவர்களுக்கு எந்தச் சாமானையும் கொடுக்கக்கூடாது என்று முஸ்லிம் வைதிகர்கள் கிளர்ச்சி செய்வதாகவும், சில நாட்களுக்கு முன்னர் ஒரு செய்தியைப் படித்தோம். பழைமை விரும்பிகளும், பாசி படர்ந்த மதியினரும், எந்த நாட்டிலும், எந்த மதத்திலும் உண்டு. கிருஸ்து மதத்திலும், கத்தோலிக்கக் குருமாரும், ஹிந்து மதத்தில் ஆரியரும் புத்த மதத்தில் பிட்சுகளும் இல்லையா? பழைமை விரும்பிகளின் திருப்திக்காக மனித சமுதாயத்தைப் பலியிடுவது என்பது மதியீனம்.

கோஷா முறையினால் சூரிய வெளிச்சமும், நல்ல காற்று இல்லாமல் காசம் போன்ற நோய்கள் எளிதில் பரவுவதாக எல்லா டாக்டர்களும் கூறி விட்டனர். இயற்கையாகக் கிடைக்க வேண்டிய வெளிச்சத்தையும், காற்றையும் மனிதசமுதாயத்தின் சிறந்த பகுதியாகிய தாய்க்குலத்திற்கு மட்டும் கிடைக்காமல் தடுப்பது எவ்வளவு பெரிய அக்கிரமம் என்பதை ஆண்கள் ஆலோசித்துப் பார்க்க வேண்டுகிறோம். வடநாட்டு ஹிந்துக்களிடையேகூட இந்தக் கோஷா முறை இருந்து வருகிறது. இதுவும் விரைவில் ஒழிந்துவிடும் என்பதே நம் நம்பிக்கை. துருக்கி புரட்சி வீரரான கமால் பாட்சாவும், ஆப்கானிஸ்தான் புரட்சி வீரரான அமானுல்லாவும் முஸ்லிம் பெண்களை விடுவித்த மாவீரர்கள். கமால்பாஷா கோஷாவை ஒழித்தது மட்டுமல்ல. பெண்கள் கையில் துப்பாக்கியைத் தந்தவர். பெண் இராணுவத்தை முதன் முதல் நிறுத்திக்காட்டிய ஒப்பற்ற சீர்திருத்த வீரர். திராவிட நாடு முஸ்லிம் சமுதாயத்திடையே பல கமால் பாஷாக்கள் தோன்ற வேண்டும். பல அமானுல்லாக்கள் கிளம்ப வேண்டும். முஸ்லிம் இளைஞர்கள் தங்கள் பெண்கள் காலில் இடப்பட்டிருக்கும் அடிமைச் சங்கிலியை உடைத்தெறியவேண்டும். பிற மதங்களிலுள்ள ஊழல்களைப்

பழிப்பதுடன் மட்டும் திருப்திபடக்கூடாது. தங்கள் சமுதாயத்திலுள்ள தீமைகளையும் களைந்தெறிய வேண்டும். கோஷா முறையை ஆதரிக்கும் கற்றறிந்த முஸ்லிம் ஆண்கள் எவருமே இருக்கமாட்டார்கள். அப்படி எவரேனும் இரண்டொருவர் இருந்தால், முஸ்லிம் இளைஞர்கள் கூற வேண்டியது இதுதான். 'தயவு செய்து நீங்கள் ஓராண்டுக்காவது முகமூடி போட்ட வீட்டிற்குள் இருந்து பாருங்கள்' என்பதே" என்று தந்தை பெரியார் இஸ்லாம் மதத்தில் மாற்றங்கள் தேவை என்பதை வலியுறுத்திக் கூறியுள்ளார். (29.11.1947- "விடுதலை" இதழ்)

கிறிஸ்தவம் பற்றி பெரியார் ஏன் விமர்சித்துள்ளார்? தாழ்த்தப்பட்ட, பிற்படுத்தப்பட்ட, மலைவாழ் மக்களின் வாழ்வு நிலை உயர உழைத்த மதம் கிறித்தவம். அவர்கள் சிந்தனைத் தளத்தில் எழுச்சிபெற கல்வி அடிப்படை என்றுணர்ந்து, அம்மக்களுக்கு கல்வியை வழங்கிய மதம் கிறித்தவம். இந்து மதம் சூத்திரர்கள் கல்விக் கற்கக்கூடாது என்று மனுவை மேற்கோள் காட்டுகிறது. இறைவழிபாட்டில் எல்லா சாதியினரையும் தேவலாயத்திற்குள் அனுமதிக்கின்றனர். அதுவும் செருப்புக்காலுடன் அனுமதிக்கின்ற செயல்பாடுகளைப் பெரியார் பாராட்டியுள்ளார். என்றாலும் அங்கே நிலவும் பிற்போக்குத் தனங்களையும் சுட்டிக் காட்டியுள்ளார்.

"கிருஸ்துவ மதத் தலைவர் ஏசு கிருஸ்து என்பவர் 2000 ஆண்டுகளுக்கு முன் தகப்பனில்லாமல், பரிசுத்த ஆவிக்குப் பிறந்தாராம். ஆகவே அவர் கடவுளுக்கு மகனாம் (தேவகுமாரனாம்). ஆகவே அவர் சிலுவையில் அறையப்பட்டுக் கொல்லப்பட்டாராம். செத்தவர் மறுபடியும் பிழைத் தாராம். பல அற்புதங்களைச் செய்தாராம். வியாதிகளைப் பார்வையால் சவுகரியப்படுத்தினாராம். ஒரு ரொட்டித் துண்டை ஆயிரக்கணக்கான பேர்களுக்குக் கொடுத்துப் பசியாற்றினாராம். குருடர்களுக்கு கண்ணைக் கொடுத்தாராம். இப்படி பல காரியங்கள் செய்தாராம். இவற்றை யெல்லாம் நம்பினால்தான் கிருஸ்தவ மதம் இருக்கமுடியும். அறிவைக் கொண்டு பார்த்தால் தேவனுக்கு, கடவுளுக்கு குமாரன் எதற்கு? கடவுள் ஒருவனை மாத்திரம் குமாரனாக ஆக்குவது ஏன்? கடவுள் தோன்றி எத்தனையோ காலம் ஆனபிறகு அப்போது (2000 வருடங்களுக்கு முன்) மாத்திரம் எதற்காக மகனை உண்டாக்கினார்? அதற்கு முந்தின காலத்தில் ஏன் உண்டாக்கவில்லை? அப்போதெல்லாம் செத்தவர்கள் இல்லையா? குருடர்கள் இல்லையா? பசித்தவர்கள் இல்லையா? அந்த (கி.பி.1 -ஆவது) வருஷம் மாத்திரம் என்ன சிறந்தது? கடவுள் செய்ய வேண்டியதை - சொல்ல வேண்டியதை ஒரு மனிதனைக் கொண்டு மாத்திரம் ஏன் சொல்லவேண்டும்? அதுவும் ஒரு சிலருக்கு மாத்திரம் (நம்பும்படி) ஏன்

சொல்ல வேண்டும்? அந்தக் காரியங்கள் இப்போது ஏன் நடப்பதில்லை? இன்று ஏன் அவர் வரவில்லை? இப்போது கிருஸ்துவை ஏற்காதவர்கள், நம்பாதவர்கள், வழிபடாதவர்கள் ஏனிருக்கிறார்கள்? தேவகுமாரனுக்கு இவ்வளவுதான் சக்தியா?

ஒரு சர்வசக்தியுள்ள தெய்வம், தெய்வத்தால் அனுப்பப்பட்ட அவதாரம், அம்சம், மகன், குமாரன், தூதர், வேதம் ஏன் உண்டாக்க வேண்டும்? இருந்தால் இத்தனை வேதங்கள், குமாரர், அவதாரம், தூதர்கள், சமயங்கள், மதங்கள், போதகர்கள் இருக்க வேண்டிய அவசியமென்ன என்பதைச் சிந்தித்தால் இவையெல்லாம் மூட நம்பிக்கை, அதாவது அறிவைக் கொண்டு சிந்திக்காமல் கண்மூடித்தனமாய் நம்பவேண்டியவை ஆகின்றனவா இல்லையா? இது மனிதர் என்பவர்களுக்கு ஏற்றதா என்று கேட்கிறேன். இதற்காகக் கோபிப்பதில் பயன் என்ன? மூடநம்பிக்கை ஒழிய வேண்டுமானால் மக்களிடம் உள்ள இப்படிப்பட்ட கருத்துக்கள் ஒழியாமல் எப்படி முடியும்?

அறிவுள்ளவர்களே! பகுத்தறிவாதிகளே! சிந்தித்துப்பாருங்கள்! இது சந்திர மண்டலத்திற்கு மனிதன் போய் வரும் காலம்; காட்டு மிராண்டிக் காலமல்ல. எனவே சிந்தித்துப்பாருங்கள்! பின் சந்ததி மக்களை மடையர் களாக்காதீர்கள்!" என்று கிறித்தவ மதத்தின் செயல்பாடுகளில் உள்ள மூடநம்பிக்கைகளைத் தந்தை பெரியார் எடுத்துக்கூறியுள்ளார். (14-06-1971 "உண்மை" இதழில்)

புரட்சியாளர் அம்பேத்கர் நிகழ்த்திய முதன்மையான சாதனைகளுள் ஒன்று 1956 அக்டோபர் மாதம் 14-ந்தேதி நாக்பூரில் அவர் பல லட்சம் பேருடன் புத்தமதம் தழுவியதாகும். இது இந்து மதத்தை கொஞ்சம் ஆட்டம் காணவைத்தது என்பது உண்மையே. அம்பேத்கர் இந்து மதத் திலிருந்து விலகி புத்தமதம் தழுவுதல் குறித்து தந்தை பெரியார் அவர்களோடு பலமுறை உரையாடியுள்ளார். பெரியாருக்குப் புத்தமதக் கருத்துகள் கொள்கையளவில் உடன்பாடு கொண்டவையாக இருந்தன. இதனையொட்டி, பெரியார் வட புலத்தில் உள்ள புத்த ஆலயத்திற்குச் சென்று, வழிபாட்டு முறையில் ஏதேனும் மூடநம்பிக்கைகள் இருக்கின் றனவா? என்பதை ஆராய்ந்தார்.

இந்நிலையில் அந்தப் புத்த ஆலயத்தில் 5 வயதிற்குட்பட்ட சிறுவர்கள் காவியுடை அணிந்து பிக்குகளாக மாற்றப்பட்டிருப்பது கண்டு பெரியார் மனம் பதறுகிறார். விளையாட வேண்டிய வயதில், அறிவைப் பெறத் தொடங்க வேண்டிய சூழ்நிலையில், பிஞ்சு மனம் கொண்ட இப்பிள்ளைகளில் மனதில் மதச் சிந்தனை புகுத்தப்பட்டிருப்பது

கண்டு வேதனையடைந்து, புத்த மதத்தின்மீது தான் கொண்டிருந்த நல்லெண்ணத்தை மாற்றிக்கொள்கிறார். தொடர்ந்து, அம்பேத்கருக்கும் பெரியாருக்கும் புத்தமத தழுவல் குறித்த உரையாடலில் பெரியார், "அம்பேத்கர், நீங்கள் புத்த மதத்தில் இணைந்து கொள்ளுங்கள். நான் இணைந்துகொள்ளவில்லை.

காரணம், இந்து மதத்தை விட்டு வெளியேறினால், இந்த மதத்தில் உள்ள அநியாயங்களைத் தட்டிக் கேட்க முடியாது. 'மதத்தை விட்டுச் சென்ற உனக்கு இந்து மதத்தை விமர்சிக்க என்ன உரிமை இருக்கிறது?' என்று கேட்பார்கள். நான் இந்து மதத்தில் இருந்துகொண்டே அதைத் தொடர்ந்து விமர்சிப்பதுதான் சரியாக இருக்கும்" என்று அம்பேத்கரிடம் தன் நிலைப்பாட்டை தந்தை பெரியார் தெளிவுபடுத்தியுள்ளார். மேலும், மதங்களோடு நெருங்கித் தொடர்புகொண்ட குன்றக்குடி அடிகளார், கண்ணியத்திற்குரிய காயிதேமில்லத் போன்றவர்களோடு தந்தை பெரியார் இணைந்து சமூகத் தளத்தில் பணியாற்றியுள்ளார். இதுதான் பெரியார் என்னும் பேராளுமை கொண்ட பெருநெருப்பின் பெருமை என்பதை நன்குணரலாம்.

தந்தை பெரியார் என்பவர் பன்முக ஆளுமை கொண்டவர். அந்த ஆளுமைகளில் விஞ்சி நிற்கக்கூடிய ஆளுமை ஆய்வாளர் என்பதுதான். இன்றைக்குப் பிஎச்.டி. என்னும் முனைவர் பட்டத்திற்கு ஆய்வு செய்பவர்கள் ஒரு தலைப்பைத் தேர்வு செய்துகொண்டு, அதற்கு ஒரு கருதுகோளை உருவாக்கிக் கொண்டு; ஆய்வு அணுகுமுறையை அமைத்துக் கொண்டு; தரவுகளைத் தேடியலைந்து திரட்டுவார்கள். அதன் பின்னர் ஆய்வேட்டை எழுதுவார்கள். ஒரு ஆய்வேடு இப்படித்தான் எழுதப்பட வேண்டும் என்பது ஆய்வாளர்களுக்குக் கற்பிக்கப்படும். கற்பித்தலின் அடிப்படையில் ஆய்வேட்டை நிறைவு செய்து 'டாக்டர்' என்னும் முனைவர் பட்டத்தைப் பெறுவார்கள். இதற்கு எதிர்மறையாக, ஆய்வுச் சிந்தனைகள் அரும்பாத 1930களில் தந்தை பெரியார் தனக்கென நெறியாளர் என்ற ஒருவரை அமைத்துக் கொள்ளாமல், தானே தரவுகளைத் தேடிப் படித்து பல்வேறு செய்திகளை ஆய்வு முறைப்படி எழுதியும் பேசியும் வந்திருக்கிறார் என்பது நமக்குள் பல கேள்விக்குறிகளையும் பல ஆச்சரியக்குறிகளையும் ஏற்படுத்துகின்றன என்றால் மிகையில்லை.

தந்தை பெரியார் ஒரு சமூக ஆய்வாளராகவே செயல்பட்டிருக்கிறார். குறிப்பாகப் புராண இதிகாசங்களைப் பற்றிப் பேசும்போது அவை கற்பனை என்றும் நடந்திருக்க வாய்ப்பில்லை என்பதையும், 'வாய் புளித்ததோ, மாங்காய் புளித்ததோ' என்ற வகையில் பொறுப்பற்ற வகையில் பெரியார் பேசியும் எழுதியும்விடவில்லை.

பெரியார் என்னும் ஆய்வாளர்

எல்லாவற்றுக்குமான ஆதாரங்களைத் திரட்டி, திரட்டிய ஆதாரங் களைப் படித்து, குறிப்பெடுத்து, பின்னர் அவற்றைத் திரட்டிய தரவுகளின் அடிப்படையில் தன் ஆய்வுரையை நிரல்பட எழுதுகிறார். இப்படிப் பல ஆய்வுரைகளைத் தந்தை பெரியார் எழுதியுள்ளார். ஒவ்வொரு ஆய்வுக்கும் ஒரு டாக்டர் பட்டம் கொடுக்கவேண்டுமென்றால் தந்தை பெரியாருக்கு இலட்சக்கணக்கில் டாக்டர் பட்டங்கள் கிடைத்திருக்கும். அவற்றை யெல்லாம் எதிர்நோக்காமல் சமூகத்தின் நோய் நீக்கும் மருத்துவராகத் தந்தை பெரியார் இறக்கும்வரை தொடர்ந்து செயல்பட்டுக் கொண்டி ருந்தார் என்பதுதான் அவருக்குப் பெருமையாகும்.

பிள்ளையார் பற்றிய பெரியாரின் ஆய்வில் தமிழ் இலக்கியமான 'தக்கயாகப் பரணி' என்னும் நூலைப் படித்துள்ளார் என்பது நம்மை வியப்பின் விளிம்பிற்குக் கொண்டு செல்கிறது. தந்தை பெரியாரின் பேச்சிலும் எழுத்திலும் கடுமையாக விமர்சிக்கப்பட்ட கடவுள்கள் இராமன் மற்றும் பிள்ளையார் ஆகும். பிள்ளையார் பற்றிய இலக்கியக் குறிப்புகள் கி.பி.12-ஆம் நூற்றாண்டில்தான் கிடைக்கின்றது. கி.பி.2-ஆம் நூற்றாண் டில் தொகுக்கப்பெற்ற சங்க இலக்கியங்களில் பேசப்படுகின்ற குறிஞ்சி நிலத் தலைவனான முருகனுக்கு இந்தப் பிள்ளையார் அண்ணன் என்ற புனைவுகள் கண்டு பெரியார் கொதித்து எழுந்துள்ளார். பிள்ளையார் பற்றிய பெரியாரின் ஆராய்ச்சி உரைகளை ஆன்மீகப் பெரியவர்கள், பக்தகோடி, ஆத்திகர்கள் படித்து எதிர்வினையாற்றலாம். அதைவிடுத்து எங்கள் மனம் புண்படுகின்றது என்று ஒப்பாரி வைக்கவேண்டிய தேவை யில்லை. கருத்தைக் கருத்தால் வெல்லுவதே அறிவுடைமையாகும்.

பிள்ளையார் என்பது யானைத் தலை, மனித உடம்போடு அமைக் கப்பட்டுள்ள ஒரு உருவமாகும். இந்தப் பிள்ளையார் கணபதி, விநாயகன், விக்கினேசுவரன் என்றும் அழைக்கப்படுகின்றது. இதில் விநாயகர், கணபதி என்ற பெயர்கள் புத்தரின் பட்டப் பெயர்கள் என்று கி.பி.1732ஆம் நூற்றாண்டில் தமிழ்நாட்டிற்குக் கிறித்தவ மதம் பரப்ப வந்த வீரமாமுனிவர் எழுதிய 'சதுரகராதி' என்னும் நூலில் குறிப்பிட்டுள்ளார். மேலும், விநாயகர் என்பதில் வி என்பதற்கு ஒப்புமையில்லா என்ற பொருளும் நாயகர் என்ப தற்குத் தலைவர் என்ற பொருளும் உண்டு என்றும், கணபதி என்பதற்குக் கணம் என்றால் மக்கள்கூட்டம் என்றும் பதி என்றால் தலைவன் என்ற பொருளும் உண்டு என்று வீரமாமுனிவர் குறிப்பிடுகின்றார். இந்த வகையில் பார்த்தால் புத்தரின் பட்டப் பெயர்களை அழிக்கும் முயற்சியில் இந்தச் சனாதனவாதிகள் ஈடுபட்டுள்ளார்கள் என்பதை எளிதாக உணர்ந்து கொள்ளமுடியும்.

நிற்க, பெரியார் பிள்ளையார் ஆய்வில் குறிப்பிடும் செய்திகளைப் பார்ப்போம்.

பிள்ளையார் பிறப்பு : பார்வதி குளிக்கச் செல்லும்போது தனது உடலில் உள்ள அழுக்குகளைத் திரட்டி பிள்ளையாரை உண்டாக்கினார். சிவன் வந்தபோது அந்தப்பிள்ளை அவரை உள்ளே விட மறுத்ததால் குழந்தை என்றும் பாராமல் சிவன் அக்குழந்தையின் தலையை வெட்டினார். பின்னர் பார்வதி அழுது புலம்ப, வடக்கு நோக்கித் தலைவைத்துப் படுத்திருந்த யானைத் தலையை வெட்டிப் பிள்ளைக்கு ஒட்டவைத்து உயிர்கொடுத்தார் என்ற புராணக்கதை சிவபுராணத்திலும் கந்தபுராணத்திலும் உள்ளது என்பதற்கு ஆதாரம் இருக்கிறது என்று பெரியார் குறிப்பிட்டுள்ளார். இந்தப் புராணக்கதைதான் இப்போதைய பிளாஸ்டிக்சர்ஜரிக்கு அடிப்படையாக அமைந்த அறிவியல் உண்மை என்று 2014ஆம் ஆண்டு இந்திய ஒன்றியத்தின் தலைமையமைச்சராய் முதல்முறையாகப் பொறுப்பேற்ற நரேந்திர மோடி தில்லி விஞ்ஞான் பவனில் நடைபெற்ற அறிவியல் மாநாட்டில் குறிப்பிட்டு உரையாற்றினார் என்பதையும் நாம் மனதில் கொள்ளவேண்டும்.

அடுத்த ஆதாரமாக, ஒரு காட்டில் ஆண், பெண் யானைகள் கலவி செய்யும்போது சிவனும் பார்வதியும் கண்டு கலவி ஞாபகமேற்பட்டுக் கலந்ததால் யானை முகத்துடன் குழந்தை பிறந்தது என்று பிள்ளையார் புராணம் கூறுகின்றது என்று குறிப்பிடுகின்றார். மேலும், பார்வதி கருவுற்றிருக்கையில், ஒரு அசுரன் பார்வதியின் கருப்பைக்குள் காற்று வடிவமாகச் சென்று தலையை வெட்டிவந்ததாகவும், அதற்குப் பரிகாரமாகப் பார்வதி யானையின் தலையை வைத்துக் குழந்தையைப் பெற்றுக் கொண்டதாகவும் விநாயகர் புராணத்தில் ஆதாரம் உள்ளது என்று குறிப்பிடுகின்றார்.

சிவனின் மாமனார், பார்வதியின் தந்தையான தக்கன் நடத்தி வந்த யாகத்தை அழிப்பதற்குச் சிவன் தன் மூத்த மகன் கணபதியை அனுப்பி வைத்ததாகவும், தக்கன் கணபதியின் தலையை வெட்டிவிட்டதால், இரண்டாவது மகன் சுப்பிரமணியத்தை அனுப்ப, சுப்பிரமணியம் சென்று பார்த்தபோது கணபதி தலைவேறு உடல்வேறாக இருப்பதைக் கண்டு, யானையின் தலையை வெட்டிக் கணபதியின் உடலில் வைத்து உயிர்ப்பித்ததாகவும் ‘தக்கயாகப் பரணி’ என்ற நூலில் ஆதாரம் உள்ளது. இப்படிப் பல வழிகளில் பிள்ளையார் பிறப்பு பற்றிப் பல கதைகள் உள்ளன.

மேலும் பிள்ளையார் குறித்த தன் ஆய்வுரையில் பின்வரும் கேள்விகளைப் பெரியார் முன்வைக்கிறார். பிள்ளையார் என்னும் கடவுள் சிவனுக்கும் பார்வதிக்கும் பிறந்தது என்பதும் யானைத் தலைச் செயற்கையாகப் பொருத்தப்பட்டது என்பதும் ஒப்புக்கொள்ளக்கூடிய விஷயமா? கடவுள்களுக்குப் பிறப்பு இறப்பு ஏற்படுகின்றது என்றால் கடவுள்களின் சங்கதிகளை யோசிக்கவேண்டாமா? நிற்க, ஒரு கடவுளுக்குத் தாய், தகப்பன் இருக்கிறது

என்றால், அந்தத் தாய், தகப்பன் கடவுள்களுக்கும் தாய், தகப்பன்கள் இருப்பார்கள்தானே? இவைகளை வைத்துப் பார்க்கும்போது, கடவுள் என்பது தானாகவே ஏற்பட்டது என்பதை எப்படி ஏற்றுக்கொள்வது?

கடவுள் பற்றிய விவகாரங்களில் சந்தேகங்களை எழுப்பினால், கடவுள் ஒருவர்தான், அவர் உருவமற்றவர், ஆதி அந்தமற்றவர், பிறப்பு இறப்பு அற்றவர், தானாகவே உண்டானவர் என்று சொல்வதும் மற்றும் அது ஒரு 'சக்தி' என்றும், ஒரு தன்மை அல்லது குணம் என்று பேசி அந்தச் சமயத்தில் மாத்திரம் தப்பித்துக்கொண்டு, மற்ற நேரங்களில் இதுபோன்ற கடவுள்களைக் கோடிகோடியாக உருவாக்கிக் கொண்டிருக்கிறார்கள். இதுமட்டுமல்லாது ஆபாசக் கதைகளை வேறு புனைகிறார்கள். மக்களை நம்ப வைத்து அந்தக் கடவுள்களை வணங்கவும், பூசை செய்யவும், உற்சவம் நடத்தவும் செய்கிறார்கள். கடவுள் குறித்த நம்பிக்கைகள் அறிவியல் ஆதாரமற்றது என்பதை மக்கள் உணரவேண்டும் என்று பெரியார் தன் ஆய்வை விளக்கிச் செல்கிறார்.

கடவுள் நம்பிக்கையில் ஏன் ஆபாசச் செய்திகள் வருகின்றன என்ற கேள்வியையும் பெரியார் முன்வைக்கிறார். சிதம்பரம் நடராசர் கோயில் பிள்ளையாரின் தும்பிக்கை அருகில் நிர்வாணக் கோலத்தில் உள்ள பெண்ணின் குறிக்குள் இருப்பதுபோல் அமைத்துள்ளார்கள். இதைப் பெண்கள் நம்பிக்கையோடு வணங்கவேண்டும் என்று வலியுறுத்துகின்றனர். சில தேர்களில் பிள்ளையாரின் தும்பிக்கை பெண் குறிக்குள் இருக்க, அந்தப் பெண் கைகளையும் கால்களையும் அகட்டிக் கொண்டு அந்தரத்தில் பறப்பதுபோல் மரச்சிற்பங்கள் செதுக்கப்பட்டுள்ளன. இப்படியான ஆபாசங்களுக்கும் அவர்கள் ஒரு புராணக்கதை வைத்திருகிறார்கள்.

ஒரு அரசனுக்கும் அசுரர்களுக்கும் நடந்த போரில் அரசனால் அசுரர்கள் அழிக்கப்பட அழிக்கப்பட, அசுரக்குலத்துப் பெண்ணின் பிறப்புறுப்பிலிருந்து அசுரர்கள் 'புற்றீசல்களைப் போல' ஆயிரக்கணக்கில் வெளிவந்து கொண்டிருந்தார். அதனால் அரசன் பிள்ளையாரின் உதவியை நாடியுள்ளார். அசுரப் பெண்ணின் பிறப்புறுப்பில் தன் தும்பிக்கையை வைத்து, வெளிவரும் அசுரர்களை 'ஈசல் புற்றில் கரடி வாயை வைத்து உறிஞ்சுவதைப் போல' பிள்ளையார் உறிஞ்சி விட்டார் என்று ஒரு புராணத்தில் சொல்லப்படுகின்றது. இப்படிப்பட்ட ஆபாசங்களுக்கு ஆத்திகர்கள் என்ன பதில் வைத்திருக்கிறார்கள் என்பது தெரியவில்லை என்று ஆபாசங்களைப் பெரியார் பட்டியலிட்டுள்ளார்.

"சீர்திருத்தக்காரர்கள், அப்படி இருக்க வேண்டும், இப்படி இருக்க வேண்டும் என்றும், மதத்திற்கு ஆபத்து, சமயத்திற்கு ஆபத்து, கடவுளுக்கு

ஆபத்து (தற்போது நம்பிக்கைகளுக்கு ஆபத்து) என்றெல்லாம் கூப்பாடு போட்டு, மதத்தையும் கடவுளையும் காப்பாற்றவேண்டும் என்று வக்கலாத்துப் பெற்று, மற்ற மக்களையும் துணையாக இருக்கவேண்டும் என்று கோரும் வீரர்கள் யாராவது இதுவரை இந்த ஆபாசங்களை விலக்கவும், விளக்கவும் முன்வந்தார்களா? என்று கேட்கிறேன்" என்று பெரியார் தன் ஆய்வின் இறுதியில் குறிப்பிடுகின்றார். எங்கள் நம்பிக்கைகளுக்கு ஆபத்து என்றும் மனம் புண்படுகின்றது என்று வேதனைப்படுகின்ற ஆத்திகர்கள் இதற்குரிய விளக்கங்களை இப்போது சொல்லியும் தங்கள் நம்பிக்கை களுக்கு ஆபத்து நேராமலும், மனம் புண்படாமலும் இருக்கலாம். பதிலளிக்க முன்வருவார்களா என்பதே நாம் வைக்கும் கேள்வியாகும். பெரியார் சிந்தனைகள் மட்டுமல்ல, பெரியார் முன்வைத்த கேள்விகளும் இன்னும் உயிர்ப்புடன்தான் இருக்கின்றன என்பதை உலக அதிசயங் களில்கூட இணைக்கலாம்

தந்தை பெரியாரின் இராமாயண ஆராய்ச்சி

பேரறிஞர் அண்ணா நாடாளுமன்றத்தின் மாநிலங்களவை உறுப்பினராக 1962 முதல் 67ஆம் ஆண்டு வரை இருந்தார். அவையில் தமிழிலக்கியங்களின் பெருமை, தொன்மை குறித்து அண்ணா உரையாற்றிக் கொண்டிருந்தபோது வடபுலத்து உறுப்பினர் ஒருவர் அண்ணாவை இடைமறித்து, "எங்களிடம் இருபெரும் இலக்கியங்கள் இருக்கின்றன. ஒன்று இராமாயணம் மற்றொன்று மகாபாரதம்" என்று பெருமையோடு கூறி அமர்ந்தார். அண்ணா அதற்குப் பதில் உரைக்கும்போது, "உறுப்பினர், வடபுலத்தில் இருபெரும் இலக்கியங்கள் இருக்கின்றன என்று பெருமை பொங்கக் கூறினார். அதில் ஒரு சிறுதிருத்தம். வடபுலத்தில் மூன்று பெரும் இலக்கியங்கள் உள்ளன" என்றார். வடபுலத்து உறுப்பினர் மூன்று பெரும் இலக்கியங்களா? என்று தலையைப் பிய்த்துக் கொண்டிருந்தபோது, அண்ணா தனக்கேயுரிய நகைச்சுவையோடு, "அந்த மூன்றாவது இலக்கியம் 'இரயில்வே கைடு' ஆகும்" என்றவுடன் நாடாளுமன்றத்தில் பலத்த கரவொலி எழாமல் ஆழ்ந்த மௌனத்தில் இருந்தது. காரணம் அண்ணாவின் தாக்குதலுக்குப் பதிலடிக் கொடுக்கமுடியாமல் வடபுலத்தார் தவித்தனர். அண்ணாவின் இராமாயணம் குறித்த ஆழ்ந்த அறிவுக்கு அடிப்படையாக அமைந்தவர் தந்தை பெரியார்.

பெரியார் இராமாயணத்தைக் கடுமையாக எதிர்த்தார். இராமாயணம் என்பது ஆரிய-திராவிடர் போர் குறித்த இலக்கியம் என்றும் திராவிடன் கொல்லப்பட்டான் என்றும் ஆரியன் வென்றான் என்ற உள்ளடக்கம் பெரியாருக்குப் பிடிக்கவில்லை. இது திராவிடத்தின் வழி வந்த தமிழ்ப் பண்பாட்டைக் கொச்சைப்படுத்துகின்றது. தமிழர்கள் வீரமற்றவர்கள்,

கோழைகள் என்பதை நிலைநிறுத்துகின்றது என்று பெரியார் ஆத்திரம் கொண்டார். இராமாயணம் படிக்கப்பட வேண்டிய இலக்கியம் இல்லை. எரிக்கப்பட வேண்டிய இலக்கியம் என்பதை எழுதியும் பேசியும் வந்தார். இதற்காக தந்தை பெரியார் இந்திய மொழிகளில் வெளிவந்த 18 இராமாயணத்தையும் நேபாள மொழியில் வெளிவந்த சித்தி இராமாயணத்தையும் சேர்த்து 19 மொழி இராமாயணத்தையும் படித்துள்ளார். அந்த மொழிகள் அறிந்திருந்த பண்டிதர்களை அழைத்து, அந்தந்த மொழிகளில் வெளிவந்துள்ள இராமாயணத்தின் கருத்துகளை அறிந்துகொண்டு, தந்தை பெரியார் குறிப்பும் எடுத்துள்ளார். நேபாள மொழியில் அமைந்துள்ள 'சித்தி இராமாயணத்தில்' லங்காபுரியில் இராமனுக்கும் இராவணனுக்கும் நடந்த போரில் இராமன் கொல்லப்பட்டு இறந்து போவதாகச் செய்தி உள்ளது என்று அறிவித்தவர் தந்தை பெரியார்.

வடமொழியில் வால்மீகி எழுதிய இராமாயணம் - மூலம். இதைத் தழுவி எழுதப்பெற்ற இந்திய மொழி மற்றும் அயலக மொழிகளின் வெளிவந்த இராமாயணத்தின் பட்டியல்:

தமிழில் கம்பர் இயற்றிய 'இராமாவதாரம்' (கம்பராமாயணம்)

இந்தி மொழியின் ஒரு கிளையான அவதி மொழியில் துளசிதாசர் இயற்றிய 'ராம்சரிதமானஸ்'

பிரம்மாண்ட புராணத்தில் இருந்து தருவிக்கப்பட்ட 'அத்யாத்ம இராமாயணம்'. இது வியாசரால் இயற்றப்பட்டது.

ஸ்ரீரங்கநாத ராமாயணம் - தெலுங்கு மொழியில் இயற்றப்பட்டது (இந்த பதிப்பில்தான் இராமர் இலங்கைக்குப் பாலம் கட்டியபோது அணில் உதவியதைப் பற்றிக் கூறப்பட்டுள்ளது. இது வால்மீகி இராமாயணத்தில் கிடையாது.)

சப்தகாண்ட இராமாயணம் - அஸ்ஸாமிய மொழியில் மாதவ கண்டலீ என்பவரால் இயற்றப்பட்டது.

கிருத்திவாசி இராமாயணம் - பெங்காலி மொழி

இராமாயனு - கொங்காணி மொழி

துளசி கிருத இராமாயணம் - குஜராத்தி

ராமாவதார சரிதம் - காஷ்மீரி

இராமச்சந்திர புராண சரிதம் - கன்னட மொழி

அத்யாத்ம இராமாயணம் கிளிப்பாட்டு - மலையாள மொழியில் துஞ்சத்த எழுத்தச்சன் என்பவர் இயற்றியது

பாவர்த்த இராமாயணம் - மராட்டி மொழி
விலங்கா இராமாயணம் - ஒடியா மொழி
பொதி இராமாயணம் - உருது மொழி
தசரத ஜாதகம் - பவுத்த மத இராமாயணம்
பவுமச்சாரியம் - சமண மத இராமாயணம்

குரு கிரந்த் சாகிப் - சீக்கிய மதநூல். ஆங்காங்கே இராமாயணத்தைப் பற்றிய குறிப்புகள் இடம்பெற்றுள்ளன.

ஜானகிஹரன் - சிங்கள மொழி
சித்தி இராமாயணம் - நேபாள மொழி
ஹிகாயத் ஸ்ரீ ராமா - மலாய் மொழி
இராம கவச - இந்தோனேசியாவின் பாலி மொழி
காகாவின் இராமாயணம் - இந்தோனேசியாவின் ஜாவா மொழி
இராமாயண சுவர்ணதீபா - இந்தோனேசியாவின் சுமத்ரா மொழி
பிரா லாக் பிரா லாம் - லாவோஸ் மொழி
யமாயண - மியான்மார் மொழி
மஹாரதியா லவணா - பிலிப்பைன்ஸ் மொழி
ராமாக்கியன் - தாய்லாந்து
ராம்கேர் - கம்போடியா

இவை மட்டுமல்லாமல், சீன மொழியிலும் ஜப்பான் மொழியிலும் கூட அந்தந்தப் பகுதியின் மரபுக்கு ஏற்ப இயற்றப்பட்டுள்ளது.

இராமாயணம் குறித்த தந்தை பெரியாரின் ஆராய்ச்சியுரைகளைப் படித்த அண்ணா, தந்தை பெரியாரின் கருத்துக்கு ஆதரவாக "இராமாயணம் எரிக்கப்பட வேண்டியதே" என்னும் தலைப்பில் சொற்போர்களில் ஈடுபட்டார். பல்கலைக்கழகப் பேராசிரியர், தமிழறிஞர்கள் "இராமாயணம் படிக்கப்பட வேண்டியதே" என்பதற்கு முன்வைத்த வாதங்களை, பெரியார் முன்வைத்த கருத்தியலை உள்வாங்கி, பொருளாதாரம் படித்த அண்ணா, இலக்கியப் போரில் வென்றார் என்பது வரலாற்று உண்மையாகும். அண்ணா ஆற்றிய உரைகள் பின்னர், 'தீ பரவட்டும், கம்பரசம்' என்ற பெயர்களில் சிறுநூல்களாகவும் வெளிவந்துள்ளன. அண்ணா போன்ற படித்த எம்.ஏ. பட்டதாரிகளுக்கே பெரியாரின் இராமாயண ஆராய்ச்சி உதவியாகவும் அடிப்படையாகவும் இருந்துள்ளது. பெரியாரின் கம்ப ராமாயணத்தின் ஆராய்ச்சி குறித்து மிகவும் சுருக்கமான செய்திகள் மட்டும் இங்கே பதியப்பட்டுள்ளன. (விரிவாகப் படிக்க - பெரியாரின்

இராமாயணக் குறிப்புகள் என்னும் நூல்)

இராமாயணம் நடந்த கதையல்ல :

இராமாயணம் எந்த ஒரு சரித்திர சம்பந்தமானதோ நடந்த நடப்பு களைக் கொண்டதோ ஆன கதையல்ல என்பதோடு, பெரும் கற்பனைச் சித்திரமும் ஆகும்.

காட்டுமிராண்டிக் காலத்திய உணர்ச்சியையும் அக்கால ஆரியப் பண்பாடு - பழக்க வழக்கம் முதலிய அவர்களது அன்றைய கலாசாரத்தையும் அடிப்படையாகக் கொண்ட கற்பனை இலக்கியமாகும்.

இராமாயணங்கள் என்னும் பெயரால் நாட்டில் பல வழங்கி வருகின்றன.

இராமாயணம் ஒரே காலத்தில் உண்டாக்கப்பட்டனவும் இல்லை. மனிதப் பண்பிற்கு ஏற்றதல்ல. தெய்வீகம் என்பதற்கும் ஏற்றதல்ல.

இராமாயணம் பூலோகத்தில் நடைபெற்றது என்றால் தேவலோகத்தி லிருந்து தேவர்கள் பூலோகத்திற்கு வந்தார்கள் என்றால் போக்குவரத்து வழியில்லை.

மாமிசம் சாப்பிடுவது மது அருந்துவது இராமாயணத்தில் எல்லாரிடத்திலும் காணப்படுகின்றது.

இராமாயணத்தில் வரும் பாத்திரங்களுக்கு ஒரு சமயத்தில் இருக்கும் சக்தி, தன்மை மற்றொரு சமயத்தில் காணப்படுவதில்லை.

வேதங்களுக்குப் பிறகுதான் புராணங்கள் உண்டாகி இருக்கவேண்டும். புராணங்களில்தான் இராமாயணம், பாரதம், கடவுள்கள், அவதாரங்கள் காணப்படுகின்றனவே ஒழிய, வேதத்தில் இல்லை.

இராமாயணக் காலம் - பொய்

இராமாயணம் நடந்த காலம் இராமாயணப்படி திரேதாயுகம், துவா பரயுகம். இவ்விரண்டிற்கும் முறையே *12,96,000; 8,64,000* ஆண்டுகள். மொத்தம் *21,60,000* ஆண்டுகள். ஆகவே இப்போது நடக்கும் கலியுகத்தை நீக்கி இராமாயணம் நடந்து *21,60,000* ஆண்டுகள் ஆகின்றன என்று கொள்ளலாம். புத்தர் பிறந்த இன்றைக்கு *2550* ஆண்டுகள்தான் ஆகின்றன. இவ்விதம் *2500* ஆண்டுக்குள் இருந்த புத்தரைப் பற்றி திரேதாயுகத்தில் அதாவது இருபத்தியோரு இலட்சம் *(21,00,000)* ஆண்டுகளுக்கு முன்) நடந்த இராமாயணத்தில் காணப்படுகின்றது என்று கூறிய பெரியார் அதற்கான ஆதாரங்களையும் அடுக்குகின்றார்.

இராமனைப் பார்க்க வந்த பரதனிடம் ராமன் கேட்கும்பொழுது "பவுத்தன் சார்வாகன் முதலிய நாஸ்திக பிராமணர்களுடன் பழகாமலிருக்கிறாயா? புராணங்களையும் தர்ம சாஸ்திரங்களையும் பெரியோர்களுடைய சம்பிரதாயப் பரம்பரைப்படி அர்த்தம் செய்யாமல் கேவலம் தர்க்கத்தைப் பிரயோகித்து அவை இகத்திலும், பரத்திலும் பயனற்றவை என்று வாதிப்பவர்கள் அவர்கள் என்று குறிப்பிட்டுள்ளது. (அயோத்தி காண்டம் 100ஆவது சர்க்கம் 374 ஆவது பக்கம்)

ராமன் ஜாபாலி என்ற புரோகித ரிஷியிடம் கூறும்பொழுது, "திருடனும் பவுத்தனும் ஒன்றே; பவுத்தனுக்கும், நாஸ்திகனுக்கும் பேதமில்லை" என்று சொன்னதாகக் குறிப்பிடப்பட்டுள்ளது. (அயோத்தி காண்டாம், 106ஆவது சர்க்கம். 412ஆவது பக்கம்)

சீதையைத் தேடி சென்ற அனுமான் இலங்கையில் சீதை இருந்த வனத்திற்குச் சற்று தூரத்திற்கப்பால் புத்தர் ஆலயம் போல் கட்டப்பட்ட ஒரு உப்பரிகையைக் கண்டார். (சுந்தரகாண்டம் 15ஆவது சர்க்கம். 69ஆவது பக்கம்)

வாலியிடம் இராமன் கூறும்பொழுது,

"பூர்வத்தில் ஒரு பவுத்த சன்யாசி உன்னைப்போல் கொடிய பாவத்தைச் செய்து அதற்காக மாந்தாதா சக்கரவர்த்தியால் கடின தண்டனை விதிக்கப்பட்டான்" என்று சொன்னதாகக் குறிக்கப்பட்டுள்ளது. (கிஷ்கிந்தா காண்டம் 18ஆவது சர்க்கம் 69ஆவது பக்கம்)

இராமனுக்குத் தசரதன் பட்டாபிஷேகம் செய்ய நகரை அலங்கரிக்கும்பொழுது "வெளுத்த மேகம் போன்ற தேவாலயங்கள், நாற்சந்தி மண்டபங்கள், வீதிகள், புத்தரின் ஆலயங்கள், மதிற்சுவரின்மேல் கட்டப்பட்டிருக்கும் நாற்கால் மண்டபங்கள். முதலிய இடங்களில் கொடித் துணியுள்ள துவஜங்களும், கொடித் துணையில்லாத துவஜங்களும் எடுத்துக்காட்டப்பட்டன எனக் குறிக்கப்பட்டுள்ளது. (அயோத்தி காண்டம் 6ஆவது சர்க்கம் 23,24ஆவது பக்கங்கள்)

21 இலட்சம் ஆண்டுகளக்கு முன் நடந்ததாகச் சொல்லப்படும் இராமாயணக் கதையில் 2500 ஆண்டுக்குள் இருந்து வந்த புத்தரைப் பற்றி கூறுகிற சேதியைக் கொண்டு ஆராய்ந்தால் இராமாயணக் கதை 2500 ஆண்டுகளுக்குள்ளாகவே எழுதப்பட்டிருக்கும். அதனால் இராமாயணக் காலம் என்பது திரேதாயுதம் என்பது பொய்யேயாகும்.

மேலும், இராமாயணத்தில் குறிப்பிட்டுள்ள இலங்கை கடற் பெரு வெள்ளங்களால் (தற்போதைய சுநாமி எனவும் எடுத்துக்கொள்ளலாம்)

தென்னாட்டிலிருந்து இலங்கை பிரிந்து 5000 ஆண்டுகளே ஆகின்றன. இதற்கான தரவுகளையும் தந்தை பெரியார் தேடிப்பிடித்து படித்து அவைகளையும் பதிவு செய்துள்ளார்.

இந்த உலகத்தில் ஏற்பட்ட கடற்பெருவெள்ளங்களின் காலங்கள் காட் எலியட் என்பவர் குறித்துள்ளபடி, 10 இலட்சம் ஆண்டுகளுக்கு முன்னர் நேர்ந்துள்ள கடற்பெருவெள்ளமே முதன்மையானது.

இரண்டாவது கடற்பெருவெள்ளம் 8 இலட்சம் ஆண்டுகளுக்கு முன் நேர்ந்திருக்கக்கூடும் என்றும்,

மூன்றாவது பெருவெள்ளம் 2 இலட்சம் ஆண்டுகளுக்கு முன்னரும்,

நான்காவது பெருவெள்ளம் 80ஆயிரம் ஆண்டுகளுக்கு முன்னரும்,

அய்ந்தாவது வெள்ளம் 9,500 ஆண்டுகளுக்குச் சிறிது முன்னும் பின்னுமிருக்கலாமென்றும் அறியக் கிடக்கின்றன.

இப்பெருவெள்ளங்களின் காரணமாகப் பல நிலப்பரப்புகள் நீர்ப் பரப்பாயும், நீர் பரப்புகள் நிலப்பரப்பாயும் மாறினவென்பதற்குப் போதிய ஆதாராங்கள் உண்டு. குமரிமுனைக்குத் தெற்கிலிருந்த பல நாடுகள் நீரினுள் மறைந்தனவென்றும் அறியக் கிடக்கின்றன. சுமார் 3000 ஆண்டுகளுக்கு முன் நிகழ்ந்த ஒரு பெருவெள்ளத்தின் பின்னேயே இலங்கையானது தமிழ்நாட்டினின்றும் பிரிவுபட்டது என்பர்.

காட் எலியட் என்பவர் கூறிய 5ஆவது கடல் பெருவெள்ளம் ஏறக்குறைய 9,500 ஆண்டுகளுக்கு முன்னேயே நிகழ்ந்ததாகும். அங்ஙனமாயின், யாவ ராலும் ஒத்துக்கொள்ளப்பட்ட முச்சங்கங்களின் முதற்சங்கம் இக்கடல் வெள்ளத்துக்கு முன் குமரி - முனைக்குத் தெற்கிலிருந்த நாட்டில் நிறுவப் பட்டதாகும். இச் சங்கத்தை நிறுவிய மன்னர் காய்ச்சினவழுதி முதல் கடுங்கோன் மன்னர் வரை எண்பத்தொன்பது மன்னவர் ஆவர்.

ஆராய்ச்சி உண்மை இவ்வாறு இருக்கையில் 21 இலட்சம் ஆண்டு களுக்கு முன் இலங்கைத் தீவும், அயோத்தி நாடும் இருந்ததாகக் கூறும் இராமாயணக் கதை எவ்வளவு பெரிய பொய்க் கதையாகும் என்பதைச் சிந்திருந்துப் பாருங்கள் - என்று தந்தை பெரியார் தன் இராமாயண ஆராய்ச்சியின் ஒரு பகுதியில் கூறியுள்ளார்.

தந்தை பெரியார் இராமாயண ஆராய்ச்சிக்காக 19 மொழிகளில் வெளிவந்துள்ள இராமாயணங்களை முழுதாக அறிந்துள்ளார். இந்த ஆராய்ச்சிக்காக நிலஅமைப்பு குறித்த நூல்களையும், கடல்பெருவெள்ளம் குறித்து வரலாற்று ஆவணங்களையும் படித்துள்ளார். மனிதகுலத்தின்

தோற்றம் குறித்த மானுடவியல் தொடர்பான பல நூல்களையும் படித்துள்ளார். உலகத் தொல்லியல் தொடர்பான ஆவணங்களையும் படித்துள்ளார். இன்றைய நவீன ஆய்வு என்று சொல்லக்கூடிய கட்டமைப்பு ஆய்வு, கட்டுடைத்தல் ஆய்வு, அமைப்பியல் ஆய்வு, சமூகவியல் ஆய்வு, இராமாயணத்தில் சொல்லப்படாத மறைக்கப்பட்ட செய்திகளை, அகழ்ந்து வெளிக்கொணர்ந்துள்ளார்.

அறிவுத்தளத்திலும் ஆய்வுத் தளத்திலும் பெரியார் முன்வைத்த கருத்துகள் அடங்கிய நூல்கள் இன்றைக்கு எளிதாகக் கிடைக்கின்றன. இதை எதிர்கொண்டு எதிர்க்கருத்தை வைக்கத் திறனற்ற ஆரியம் ஆன்மீக அரசியலை இரவல் வாங்க முயன்று தோற்றுப்போய்விட்டது. பெரியாரியச் சிந்தனைகள் இன்றைய இளைஞர்களை வெகுவாகக் கவர்ந்துள்ளது. அந்த இளைஞர் படை ஆன்மீக அரசியல் மட்டுமல்ல, பெரியாருக்கு எதிராக முன்வைக்கப்படும் எல்லா அரசியலையும் எதிர்கொண்டு வெற்றி பெறுவார்கள் என்பது திண்ணம்.

பெரியார் போற்றிய தமிழர் திருநாள்

பெரியார் எல்லாவற்றையும் எதிர்த்தார் என்ற ஒரு கட்டுமானம் இங்கே தொடர்ந்து முன்வைக்கப்படுகின்றது. உண்மைதான். பெரியார் எதையும் ஆதரிக்கவில்லையா? என்ற கேள்விக்குப் பதிலாய், மனித சமூகத்தின் உயர்வுக்கு எந்தக் கருத்தியல் பயன்படுமோ, அந்தக் கருத்தியலை துணிவுடன் ஆதரித்தார் என்பதே உண்மை. பெரியார் எல்லா மதப் பண்டிகையையும் எதிர்த்தார். திருவிழாக்கள் வேண்டாம் என்றார். தேடிய செல்வம் அழியும். சிக்கனமாக இருங்கள். கல்விக்கு மட்டும் செலவு செய்யுங்கள் என்று மக்களை அறிவுறுத்தினார். அதற்கு எடுத்துக்காட்டாய், திருச்சியில் பெரியாருக்குச் சொந்தமான 10 ஏக்கர் நிலம் மற்றும் ரொக்கத் தொகை ரூ.6 இலட்சத்தை தமிழ்நாடு அரசிடம் கல்லூரி உருவாக்க ஒப்படைத்தார்.

1960இல் ஒரு பவுன் ரூ.60 எனில் இன்றைய மதிப்பில் சுமார் 400 கோடி ரூபாய் மற்றும் 10 கோடி மதிப்புள்ள நிலத்தை கல்வி மேம்பாட்டுக்காகத் தந்தவர் பெரியார். அதன்பின் தமிழக அரசின் சார்பில் திருச்சியில் கட்டப் பட்ட அரசு கல்லூரிக்கு, "பெரியார் ஈ.வெ.ரா. கல்லூரி என்று பெயர் சூட்டப்பட்டது. செய்யக்கூடாதனவற்றைச் செய்யக்கூடாது என்றும், செய்ய வேண்டியவற்றைச் செய்து முடிக்கவேண்டும் என்று சொன்னவர் அவர். வாய்ச்சொல் வீரராய் இல்லாமல் செயலில் காட்டியவர் தந்தை பெரியார்.

பெரியார் இந்துமதப் பண்டிகையான தீபாவளி கொண்டாட வேண்டாம் என்று பிரச்சாரமே செய்தார். பிள்ளையார் சதுர்த்தி என்ற வடநாட்டுக் கடவுள் நம்பிக்கை தமிழ்நாட்டுக்கு ஏன் என்று கேள்வி தொடுத்தார். கோயில் திருவிழா என்ற பெயரில் கிராமங்களில் வருடம் முழுவதும் சேர்த்த செல்வம் உடனே செலவு செய்யப்படுவது கண்டு பெரியார் பதறினார். ஒரு கட்டத்தில் மக்கள் பெரியாரைப் பார்த்து, "அந்த விழா வேண்டாம், இந்த விழா வேண்டாம், அந்தப் பண்டிகை வேண்டாம், இந்தப் பண்டிகை வேண்டாம் என்றால் நாங்கள் எந்த விழாவைத்தான் கொண்டாடுவது?" என்ற கேள்வியை முன்வைத்தார்கள். பெரியார் நீண்ட ஆலோசனைக்குப்பின் 1949-இல் மக்களுக்குக் கொண்டாட ஒரு விழா வேண்டும். அந்த விழா மூட நம்பிக்கையற்றதாக இருக்கவேண்டும். பகுத்தறிவுக்கு உடன்பாடாக இருக்கவேண்டும். பார்ப்பனன் விழாவிற்கு வரக்கூடாது. பூசை, புணஷ்காரங்கள் இருக்கக்கூடாது. விழா புராணத்தை அடிப்படையாகக் கொண்டதாக இருக்கக்கூடாது. எல்லாவற்றிற்கும் மேலாக தமிழர்களின் பெருமையை உலகிற்குப் பறைசாற்றும் விழாவாக இருக்கவேண்டும் என்று எண்ணிக் கொண்டிருந்தார்.

1921ஆம் ஆண்டு சென்னைப் பச்சையப்பன் கல்லூரியில் தமிழ்க் கடல் மறைமலை அடிகளார் தலைமையில் 500க்கு மேற்பட்ட புலவர் பெருமக்கள் கூடி மூன்று முக்கிய முடிவுகளை எடுத்தார்கள்.

1. திருவள்ளுவர் பெயரில் தொடர் ஆண்டு ஆண்டு பின்பற்றுவது.

2. அதையே தமிழர் ஆண்டு என்றும் கொண்டு தமிழ்ப் புத்தாண்டு கொண்டாடுவது.

திருவள்ளுவர் காலம் கி.மு.31. நடப்பு ஆண்டோடு+31 கூட்டினால் வரும் ஆண்டு திருவள்ளுவர் ஆண்டு (2021+31=2052 தற்போதைய திருவள்ளுவர் ஆண்டு). அதன்பின் 1937 டிசம்பர் 26ஆம் நாள் திருச்சியில் தமிழர் மாநாடு, நாவலர் சோமசுந்தர பாரதியார் தலைமையில் நடை பெற்றது. மாநாட்டில் தந்தை பெரியார், தமிழ்த் தென்றல் திரு.வி. கல்யாண சுந்தரம், கா.சு.பிள்ளை, தெ.பொ.மீனாட்சிசுந்தரனார், தமிழ்க்கடல் மறை மலை அடிகளார் எனப் பலரும் கலந்துகொண்டனர். மறைமலை அடிகளார் பல்வேறு சான்றுகளை எடுத்து வைத்து, தை முதல் நாள் தமிழ்ப் புத்தாண்டு தொடக்கம் என்றும், பொங்கல் விழா தமிழர் விழா என்றும் அறுதியிட்டு உறுதியாக உரையாற்றினார். மாநாட்டு மேடையில் வீற்றிருந்த தந்தை பெரியார் எழுந்து, "தை முதல் நாள் தமிழ்ப் புத்தாண்டு என்பதையும், பொங்கல் தமிழர் திருநாள் என்பதையும் நான் ஏற்றுக்கொள்கிறேன்" என்று அறிவிப்பைச் செய்தார். மேடையில் இருந்த தமிழ் அறிஞர்கள் அனைவரும் பெரியார் முன்மொழிந்த கருத்தை மகிழ்ச்சியுடன் வழி

மொழிந்தனர். தமிழறிஞர்களின் மகிழ்ச்சிக் காரணம் பெரியார் எல்லா வற்றையும் எதிர்க்கும் மனநிலையை விடுத்து, தமிழர்களின் பெருமையைப் பறைசாற்றும் தை புத்தாண்டு என்பதையும், பொங்கல் விழா தமிழர் திருநாள் என்பதையும் எதிர்க்காமல் ஏற்றுக்கொண்டார் என்பதேயாகும். பின்னர் தந்தை பெரியார் தை 3ஆம் நாள் திருவள்ளுவர் நாள் என்பதையும் ஏற்றார். 1949ஆம் ஆண்டு தமிழர் திருநாளாம் பொங்கல் விழாவிற்கு தந்தை பெரியார் விடுத்த வாழ்த்துச் செய்தியில்,

"ஆகவே இந்த ஆண்டு - பொங்கல் ஆண்டுத் தொடக்கத்தில் தமிழ் மக்களுக்கு எனது வாழ்த்தாகவும் பொங்கல் பரிசாகவும் திருக்குறளைக் கொடுக்கிறேன். இத்திருக்குறள் ஆயிரக்கணக்கான ஆண்டுகளாகத் தமிழ்ப் பெரியோர்களால் போற்றப்பட்டு வருகின்றது. அதுபோல்தான் பொங்கல் விழா தமிழ் மக்களுக்குரியது என்று பல்லாண்டுகளாகத் தமிழ்ப் பெரி யோர்களால் சொல்லி வருகின்றனர். நான் பொங்கலைக் கொண்டாடுங்கள் என்று சொல்வதற்கும் தமிழ்ப் பெரியோர்கள் சொல்வதற்கும் பேதம் உண்டு. அதாவது அவர்கள் தீபாவளி, அஷ்டமி, நவமிகளுடன் அவைபோல் பொங்கலையும் கருதி வந்தார்கள். அப்படியே பாரதம், கீதை, இராமாயண புராணம், மனுதர்மம் போல் குறளையும் ஒன்றாக கருதி வந்தார்கள். இதன் பயனாய், பன்றியுடன் சேர்ந்த பசுவின் பண்புபோல் பொங்கலும், குறளும் அதனால் ஏற்பட வேண்டிய நலத்திற்குக் கேடு ஏற்படும்படி ஆயிற்று.

ஆனால் நான் சொல்வது ஆரியப் பண்டிகைகளை ஒழித்து விட்டுவிட்டு அந்த இடத்தில் அதற்கு பதிலாகப் பொங்கலையும், ஆரியக் கலை, தர்ம சாஸ்திரம் ஆகியவைகளான வேத சாஸ்திர புராண இதிகாசங்களை - கீதை, இராமாயணம், பாரதம் ஆகியவைகளை அடியோடு நீக்கிவிட்டு, மக்கள் உள்ளத்தில் இருந்து ஒழியச்செய்து விட்டு, அதற்குப் பதிலாக அவை இருந்த இடத்தில் திருக்குறளைக் கொடுக்கிறேன். ஆதலால் தமிழர்களுக்கு இப்பொங்கலாண்டில் எனது பொங்கல் பரிசாகத் திருக்குறளைக் கொடுக் கிறேன். இதை எப்படிக் கொடுக்கிறேன் என்றால், தமிழ் மக்களுக்கு எனது காணிக்கையாக, அவர்கள் என்பால் கொண்டுள்ள அருளுக்கு, அன்புக்கு, நம்பிக்கைக்குத் தட்சிணையாகக் கொடுக்கிறேன்." என்றார். அத்தோடு "இதற்கு பதில் பரிசாக தமிழ் மக்கள் தீபாவளி போன்ற ஆரியப் பண்டிகைகளை விடுத்து பொங்கலை மட்டுமே கொண்டாடுவோம் என்றும், பாரதம், இராமாயணம், கீதை, புராணம் முதலிய ஆரிய இலக்கியம், இதிகாசம், தர்ம சாஸ்திரம் முதலியவைகளை ஒழித்து, விலக்கி, திருக்குறளை ஏற்று படித்து உணர்ந்து அதன்படி நடப்பது என்றும் உறுதி எடுத்துக்கொள்ள வேண்டும்" என்று தமிழ் மக்களை அறிவு வயப்படுத்தினார். பொங்கலை மட்டுமல்ல திருக்குறளையும் மக்களிடம்

கொண்டு சென்றவர் தந்தை பெரியார்தான் !

பொங்கலே தமிழரின் புத்தாண்டு எனத் தமிழறிஞர்கள் பலரும் கூடி முடிவு செய்தனர். அதிலும் பெரியாரின் பங்கு உண்டு.

பெரியார் பொங்கலைத் தமிழர் திருநாள் என்று அறிவித்தவுடன் தமிழர்களோடு இணைந்து, கிறித்துவர்கள் தேவாலயங்களிலும், இஸ்லாமியர்கள் மசூதிகளும் கரும்பு நட்டு, மஞ்சள் சுற்றிய பானையில் பொங்கல் வைத்து கொண்டாடி மகிழ்ந்தனர். இந்நிலையில் தங்களை இந்துக்கள் என்று நம்பிக் கொண்டிருக்கும் சில தமிழர்கள் பெரியாரிடம், “தமிழர் பண்டிகையை கிறித்துவர்களும், இஸ்லாமியர்களும் ஏன் கொண்டாட வேண்டும்?” என்ற கேள்வியை முன்வைத்தனர்.

அதற்கு விடையளித்த பெரியார், “பொங்கல் தமிழர் பண்டிகை கிடையாது. தமிழர் திருநாள். பண்டிகை என்றால் அது புராணத்தை அடிப்படையாகக் கொண்ட தீபாவளிக்குத்தான் பொருந்தும். பொங்கலுக்குப் பண்டிகை என்ற சொல் பொருந்தி வராது. மேலும் கிறித்தவர்களும், இஸ்லாமியர்களும் மொழியால் தமிழர்கள். சமயத்தால் வேறுபட்டவர்கள். தமிழர்கள் இந்துக்கள் அல்ல. நாம் சட்டப்படியான இந்துக்கள்தானே தவிர ஆகமவிதிகளின்படியான இந்துக்கள் இல்லை. பார்ப்பனர்கள் மட்டுமே ஆகமவிதிகளின்படியான இந்துக்கள். பொங்கல் இந்துப் பண்டிகை என்றால் பார்ப்பனர்கள் ஏன் கொண்டாடவில்லை? என்பதை எண்ணிப் பார்க்கவேண்டும். பார்ப்பனர்கள் தமிழர்கள் இல்லை. அதனால் அவர்கள் பொங்கலைக் கொண்டாட மாட்டார்கள். தமிழர்களாகிய நாமும் தமிழ்மொழியாகக் கொண்டுள்ள கிறித்தவர்களும், இஸ்லாமியர்களும் இணைந்து கொண்டாட வேண்டும்” என்று விளக்கம் தந்துள்ளார்.

கி.மு.2ஆம் நூற்றாண்டில்தான் பார்ப்பனர்கள் என்றழைக்கப்படும் ஆரியர்கள் கைபர், போலன் கணவாய் வழியாக ஆடு, மாடுகளுக்கான மேய்ச்சல் நிலம் தேடி இந்தியாவிற்குள் வந்த நாடோடி கூட்டம் என்பதை வரலாற்று அறிஞர்கள் சுட்டுகின்றனர். தமிழர்கள் நெல் பயிரிடும் முறையை கி.மு.2500 ஆண்டுகளுக்கு முன்பே அறிந்திருந்தார்கள் என்பதைப் பேராசிரியர் இராஜன் நடத்திய பொருந்தல் ஆய்வு சுட்டுகின்றது (https://tamizhtharakai.wordpress.com).

பொங்கல் விழாவைத் தமிழர் திருநாள் என்று பெரியார் அறிவித்த பின்னர், உலக நாடுகளில் வாழும் தமிழர்கள் அனைவரும் கொண்டாடத் தொடங்கினர். தமிழ்நாடு மட்டுமின்றி இலங்கை, மலேசியா, சிங்கப்பூர், ஐரோப்பிய நாடுகள், வட அமெரிக்கா, தென் ஆப்பிரிக்கா, மொரிசியசு எனத் தமிழர்கள் வாழும் அனைத்து நாடுகளிலும் கொண்டாடப்படுகிறது.

மேலும், உழவுத் தொழில் மூலம் நெல் பயிரிட்டு அறுவடை செய்யும் கிழக்காசிய நாடுகளிலும் பொங்கல் விழா அறுவடைத் திருநாள் என்று ஒரு நாளில் மட்டும் இதே ஜனவரி மாதத்தில் கொண்டாடப்பட்டு வருகின்றது. தமிழ்நாட்டில் மட்டும், மார்கழித் திங்களின் கடைசி நாளில் போகிப் பொங்கல் என்றும் தை முதல்நாள் சூரியனை வணங்கும் பொங்கல் திருநாள் என்றும் **2**ஆம் நாள் மாட்டுப் பொங்கல் என்றும், **3**ஆம் நாள் காணும் பொங்கல் என்றும் கொண்டாடப்பட்டு வருகின்றது. சங்க இலக்கியங்களில் தைத் திருநாள் குறித்து கீழ்க்காணும் குறிப்புகள் உள்ளன.

தைஇத் திங்கள் தண்கயம் படியும் - நற்றிணை

தைஇத் திங்கள் தண்ணிய தரினும் - குறுந்தொகை

தைஇத் திங்கள் தண்கயம் போல் - புறநானூறு

தைஇத் திங்கள் தண்கயம் போல - ஐங்குறுநூறு

தையில் நீராடி தவம் தலைப்படுவாயோ - கலித்தொகை

பொங்கல் விழா தமிழர்களுக்கே உரிய விழாவாக உலக விழாக்கள் குறித்த வரலாற்றில் பதிவு செய்யப்பட்டுள்ளது என்பது பெருமைக்குரிய செய்தியாகும்.

அதே வேளையில், பொங்கல் விழா புத்தத்தோடு தொடர்புடைய தாகவும் சொல்லப்படுகின்றது. போகி பொங்கல் நாளின்போது வேண்டாத பொருள்களை எரிக்கும் வேளையில் தமிழ்நாட்டின் தென் மாவட்டங்களில் அகவை முதிர்ந்த பெண்கள் மார்பில் அடித்துக்கொண்டு (மாரடித்து) ஒப்பாரி வைத்து அழுவதை பல நூற்றாண்டாக செய்து வருவதாக ஆனந்தவிகடன் பொங்கல் விழா குறித்த கட்டுரையில் குறிப்பிடப்பட்டுள்ளது. இதற்கான காரணங்கள் தெரியவில்லை என்றும் குறிப்பிடப்பட்டுள்ளது. புத்தத்தில் போகி பொங்கல் என்பது போதி என்று குறிப்பிடுகின்றனர். புத்தர் இறந்த பின்னர் மார்கழி திங்களின் கடைசிநாளில் எரியூட்டப்பட்டார் என்றும் அதன் நினைவாகவே பெண்கள் ஒப்பாரி வைப்பது இன்றும் நடைபெறுவதாகவும் திருச்சி தி.அன்பழகன் குறிப்பிடுகின்றார். அவர் மேலும், தை முதல் நாள் பொங்கல் வைப்பது என்பது புத்தர் 'வீடுபேறு அடைந்துவிட்டார்" என்பதன் மகிழ்ச்சியின் வெளிப்படு என்றும் கூறுகிறார். மாட்டுப் பொங்கல் என்பதில் உழவர்களுக்கு உதவியாக இருக்கும் காளைமாடுகள் மட்டுமல்லாது பசு மாடுகளுக்கும் பொங்கல் ஊட்டப்படும் வழக்கம் இன்றளவும் உள்ளது. இதற்குக் காரணம் புத்தர் பிறந்த சில வாரங்களில் அவருடைய தாய் மாயாதேவி அவர்கள் இறந்து விட, பசுவின் பால் குடித்து புத்தர் வளர்ந்தார் என்பது வரலாறு. அதனால் தான் அவர் கௌதம புத்தர் என்று அழைக்கப்பட்டார். அடுத்த நாள்

காணும் பொங்கல் நாளின்போது ஊரின் ஒரு இடத்தில் உறவினர்கள் ஒன்றுகூடி உறவினர்களைக் காண்பது, அவர்களோடு உரையாடுவது என்பது தொடக்கக் காலத்தில் புத்தரின் பெருமைகளைப் பற்றி பேசுவதாக இருந்தது என்றும் திருச்சி தி.அன்பழகன் குறிப்பிடுகின்றார். மேலும் ஆதியில் தமிழர்கள் புத்தமதத்தோடு நெருங்கிய உறவு கொண்டவர்களாக இருந்தனர் என்பதும் இதற்கு முக்கியக் காரணமாகும்.

தந்தை பெரியார் பொங்கலைத் தமிழர் திருநாள் என்று போற்றியதும், தைத் திங்கள் புத்தாண்டு என்பதை ஏற்றுக் கொண்டதும், பொங்கல் புத்தத் தோடு தொடர்புடையாக இருந்தது என்பதும் தமிழர்களைச் சிந்திக்க வைக்க எடுத்த ஆயுதங்கள் என்றே எடுத்துக்கொள்ளலாம். சானாதனத்தின் பெயரால், ஆகமவிதிகளின் பெயரால் பெரும்பான்மையாக உள்ள தமிழர்கள் ஆரிய அடிமைகளாக மாறுவதிலிருந்தும் தமிழர்கள் பகுத் தறிவுச் சிந்தனை பெறுவதற்கும் தந்தை பெரியார் பொங்கலுக்கு தமிழர் திருநாள் என்று பெயர் சூட்டி இனஉணர்வைத் தந்தார். மேலும் தமிழர்களுக்குத் திருக்குறளை வாழ்வியல் நூலாகவும் பரிந்துரை செய்துள்ளார். தந்தை பெரியாரின் செயல்பாடுகள் அனைத்தும் தமிழர்கள் மூட நம்பிக்கைகளிலிருந்து விடுபட்டு பகுத்தறிவு சிந்தனையோடு செயல்படவேண்டும் என்ற நோக்கத்தை மட்டுமே அடிப்படையாகக் கொண்டவை. தந்தை பெரியாரின் நோக்கம் இன்றைக்கும் சிதையாமல் நிறைவேறிக் கொண்டிருக்கிறது என்பது மகிழ்ச்சிக்குரிய செய்தி எனில் மிகையில்லை.

அய்யாவைப் பற்றி அண்ணாவின் எழுத்தில்

"தந்தை பெரியார் அவர்களின் கருத்துகளை முதன்முதலில் 40 ஆண்டு களுக்கு முன் கேட்க நேர்ந்தபோது 'என்ன இவர் - இப்படிப் பச்சையாகப் பேசுகிறாரே' என்று நினைத்தேன். அப்படித்தான் எல்லோருக்கும் முதலில் கசப்பாகத் தோன்றும். சிந்தித்தால்தான் உண்மையை உணரமுடியும்" என்று அண்ணா தான் கொண்ட தலைவர் அய்யாவைப் பற்றிக் குறிப்பிட் டுள்ளார். (பேரறிஞர் அண்ணா - திருப்பத்தூர் உரை - 13.12.1967) அய்யாவைப் பற்றி நிறைய பேசுகிறோம், எழுதுகிறோம், படிக்கின்றோம். 1935-களில் பல்கலைக்கழகத்தில் பட்டம் பெற்றிருந்த அண்ணா, அரசு வேலைக்குச் சென்றிருந்தால் ரூ.300/- மாத ஊதியம் பெற்றிருப்பார். (அப்போது ஒரு பவுன் தங்கத்தின் விலை ரூ.30/-). ஆனால், அண்ணா அவ்வாறு சிந்திக்காமல் அய்யாவிடம் உதவியாளராகப் பணியில் சேர்ந்து, அவர் நடத்தி வந்த இதழ்களில் துணையாசிரியராகவும், அய்யாவின் வெளியூர், வெளிமாநிலப் பயணங்களின்போது உடன் உதவியாளராகவும் செல்கிறார். அண்ணா

அய்யாவிடமிருந்து பிரிந்து 1949இல் திராவிட முன்னேற்றக் கழகம் என்னும் அரசியல் இயக்கத்தைத் தொடங்குகிறார். 1967-ல் அண்ணா தலைமையில் தமிழ்நாட்டில் திமுக ஆட்சி அமைகிறது. இந்த ஆட்சி அய்யாவுக்குக் காணிக்கை என்று அண்ணா அறிவிக்கின்றார். பெரியாரின் கனவாக இருந்த சுயமரியாதைத் திருமணத்தை, இந்து திருமணச் சட்டத்தில் திருத்தம் கொண்டு வந்து, அண்ணா சட்டப் பாதுகாப்பு தருகிறார். 1969 பிப்.3ஆம் நாள் அண்ணா நம்மை விட்டுப் பிரிகிறார். அய்யா "என் தலைமகனை இழந்த புத்திரசோகத்தில் இருக்கிறேன்" என்று

இரங்கல் செய்தி விடுகிறார். இந்தக் கட்டுரையில், அண்ணா அய்யாவைப் பற்றி கூறிய சில செய்திகளைத் தொகுத்து வழங்க முற்பட்டுள்ளேன். அய்யா, அண்ணாவின் பிணைப்பு நம்மை ஒருவேளை வியக்கவைக்கலாம்.

*1935*ஆம் ஆண்டில்தான் எனக்குப் பெரியாரோடு தொடர்பு ஏற்பட்டது. அப்போது நான் பி.ஏ.(ஆனர்சு) தேர்வு எழுதியிருந்தேன். தேர்வு முடிவு தெரியாத நேரம் அது. அப்போது கோவைக்கு அடுத்த திருப்பூரில் ஒரு வாலிபர் மாநாடு நடந்தது. அங்கேதான் பெரியாரும் நானும் முதன் முதலில் சந்தித்துக் கொண்டோம். அவர் மீது எனக்குப் பற்றும் பாசமும் ஏற்பட்டன. அவருடைய சீர்திருத்தக் கருத்துகள் எனக்கு மிகவும் பிடித்தன. பெரியார் என்னைப் பார்த்து, “என்ன செய்கிறாய்?” என்று கேட்டார். ‘படிக்கிறேன்’ பரிட்சை எழுதியிருக்கிறேன்’ என்றேன். ‘உத்தியோகம் பார்க்கப் போகிறாயா?’ என்றார். ‘இல்லை’ உத்தியோகம் பார்க்க விருப்பம் இல்லை. பொதுவாழ்வில் ஈடுபட விருப்பம்’ என்று பதிலளித்தேன். அன்று முதல் பெரியார் என் தலைவரானார். நான் அவருக்கு ‘சுவீகாரப் புத்திரனாக’ ஆகிவிட்டேன். *14* ஆண்டுகள் அவரோடு பழகினேன்” என்று அண்ணா தன் வரலாறு - என்னும் நூலில் குறிப்பிட்டுள்ளார்.

தந்தை பெரியார் அவர்கள் ‘என்னோடு வந்து பணியாற்று’ என்றார். அதற்கு நான் தயாராய் இருக்கின்றேன் என்று கூறினேன். அய்யா என்னை வரவேற்றுப் பொன்னாடை போர்த்தினார்கள். உண்மையாகவே இது எனக்குப் பெருமைதான். இதைவிட நான் பெருமையாகக் கருதுவது, பெரியார் அவர்களுக்கு ஞாபகம் இருக்கிறதோ என்னவோ, எனக்கு ஈரோட்டில் முதன்முதலில் நகராட்சியில் வரவேற்பு கொடுக்கச் செய்து சால்வை போர்த்தினார்கள். அதை என் வாழ்நாளில் மறக்கமுடியாது. ‘எனக்கென்று ஒரு வசந்த காலம் இருந்தது. அந்த நாட்களில் நான் கல்லூரியிலிருந்து வெளியேறி அவருடன் காடு மேடு பல சுற்றி வந்த நிலை. அப்போது கலவரம் எழாமல் ஒரு பொதுக்கூட்டத்தை ஒழுங்காக நடத்தி முடித்தால், பெரிய வெற்றி என்று பெருமிதம் தோன்றும்.

‘அண்ணாதுரை இதைப் பார்த்தாயா?’ என்று ஒரு கடிதத்தை வீசுவார். ‘ஆமய்யா’ என்று பொருளற்ற ஒரு பதில் தருவேன். ‘வருகிறாயா?’ என்று என்னைக் கேட்க மாட்டார். வருவேன் என்பது அவருக்கு நன்று தெரியுமாதலால்! அந்த வரலாறு தொடங்கியபோது நான் சிறுவன். அந்த வரலாற்றிலே புகழேடுகள் புதிது புதிதாக இணைக்கப்பட்ட நாட்களிலே ஒரு பகுதியில் - நான் அவருடன் சேர்ந்து பணியாற்றியிருக்கிறேன்.

பெரியாருடன் மற்ற பலரைவிட இடைவிடாது இருந்திருக்கும் வாய்ப்பைப் பெற்றிருந்தவன் நான். கோபத்துடன் அவர் பலரிடம் பேசிடக்

கண்டிருக்கிறேன் கடிந்துரைக்கக் கேட்டிருக்கிறேன். ஒருநாள் கூட அவர் என்னிடம் அவ்விதம் நடந்து கொண்டதில்லை. எப்போதும் ஒரு கனிவு, எனக்கென்று தனியாக வைத்திருப்பார். என்னைத் தமது குடும்பத்தில் 'பிறவாப்பிள்ளை' எனக் கொண்டிருந்தார்.

1938இல் அய்யா இந்தி எதிர்ப்புப் போர் நடத்தியபோது, நான் 'சர்வாதிகாரி'யாக நியமிக்கப்பட்டேன். அப்போது காவி கட்டிய மூவர் உடன்இருந்தனர். 1. அருணகிரி அடிகள், 2. ஈழத்துச் சிவானந்த அடிகள், 3. சண்முகானந்த அடிகள். போராட்டத்தின் துவக்கம் முதல் படைத் தலைவனாக இருக்கும் சிறப்பிடமும், வாய்ப்பும் எனக்கு அளித்த நமது தலைவர் அய்யா பெரியாருக்கு என் நன்றி. கமிட்டியாருக்கும் கழகத் தாருக்கும் என் நன்றி என்பதைத் தெரிவித்துக் கொண்டேன்.

இந்தி எதிர்ப்புப் போரில் கலந்துகொண்டு சென்னைச் சிறையில், அய்யாவுடன் ஒரே வரிசைக் கட்டிடத்திலே தங்கியிருக்க நேரிட்டதை ஒரு வாய்ப்பாகவே கொண்டேன். பெரியாருடன் பன்னிரண்டு மணிநேரம் ஒன்றாக இருக்க, பேச, கேட்கப் பழக அருமையான வாய்ப்பு. இரசமான விருந்து. சுவையுள்ள காலமாக அந்த நாலு மாதங்கள் இருந்தன.

1949-இல் 'ஆரியமாயை' என்னும் ஏடு தீட்டியதற்காக எனக்குச் சிறை. "பொன்மொழிகள்" தீட்டியதற்காகப் பெரியாருக்குச் சிறை. திருச்சி கோர்ட்டாருக்கு இப்படி ஒரு காட்சியைக் காணவேண்டுமென்று ஆசை போலும். இரண்டு தனித்தனி வழக்குகள். தனித்தனியாகத்தான் விசார ணைகள், எனினும் தீர்ப்பு மட்டும் ஒரே நாளில், ஒரே நேரத்தில் அளிக் கப்பட்டது. அய்யாவைப் பிரிந்து நெடுந்தூரம் வந்துவிட்ட என்னை, அன்று அந்தக் கோர்ட்டில், பெரியாருக்குப் பக்கத்திலே நிற்கச் செய்து, வேடிக்கை பார்த்தது வழக்கு மன்றம். தீர்ப்பு வெளியாகி சிறைக்குச் சென்றதும் ஒரே வேனில். சென்றதும் ஒரே சிறைச்சாலை.

அய்யாவும் நானும் சிறையில் பக்கத்துப் பக்கத்து அறை. பகலெல்லாம் திறந்துதான் இருக்கும். பலர் வருவார்கள். இங்கு சிறிது நேரம், அங்கு சிறிது நேரம், இன்னும் சிலர் கூர்ந்து கவனித்தபடி இருப்பார்கள். நாங்கள் இருவரும் பேசிக்கொள்கிறோமா என்று. அவர் அறைக்கு உள்ளே இருக்கும் போது நான் வெளியே மரத்தடியில்! அவர் வெளியே வர முயற்சிக்கிறார் என்று தெரிந்ததும் நான் அறைக்கு உள்ளே சென்று விடுவேன்.

இப்படிப் பத்து நாள்கள். நாளைய தினம் எங்களை விடுவிக்கிறார்கள். முன்தினம் நடுப் பகலுக்குமேல், ஒரு உருசிகரமான சம்பவம் நடைபெற்றது. பெரியாருக்கு வேலைகள் செய்துவந்த கைதி என் அறைக்குள் நுழைந்து, 'ஐயா, தரச் சொன்னார்' என்று சொல்லி என்னிடம் ஆறு பிஸ்கெட்டு

கொடுத்தான். கையில் வாங்கியதும், என் நினைவு பல ஆண்டுகள் அவருடன் இருந்தபோது கண்ட காட்சிகளின் மீது சென்றது.

ஹரித்துவார் என்னும் ஊர் இமயமலையின் அடிவாரத்திலே இருக்கின்றது. இந்தச் சிறிய ஊரில் அய்யாவின் அன்புக்குப் பாத்திரமான நான், அய்யாவோடு பத்துநாள்களுக்கு மேல் தங்கியிருக்கிறேன். அந்தப் பழைய நாள்களில், அப்போது நான் 'விடுதலை'யில் எழுத்தாளன். பெரியாருடன் வரும் பேச்சாளன். திராவிடர் கழகச் செயலாளனாகவும் இருந்துவந்தேன். ஹரித்துவாரத்தில் காலஞ்சென்ற பேரறிஞர் எம்.என். ராய் அவர்களின் இயக்கத்தவர் வீட்டில் தங்கியிருந்தோம். அங்குத்தான் வால்மீகி இராமாயணம் பற்றிய குறிப்புரைகள் தயாரித்தார். அவர் சொல்லச் சொல்ல நான் எழுதின நினைவுகள் இப்போதும் இருக்கின்றன. ஹரித்துவாரம் 'சாதுக்களின் கோட்டை'. எந்தத் தெருவுக்குச் சென்றாலும் சந்நியாசிகள்.

அங்கே மாலை வேளைகளில் பெரியார் உலாவச் செல்வார். உடன் நான் செல்வேன். வெண்ணிறத் தாடி; பொன்னிற மேனி; ஆரஞ்சு நிறச் சால்வை. நான் கொட்டும் குளிருக்குப் பயந்து முரட்டுத் துணிசட்டை போட்டுக் கொண்டு, அதற்குக்கள் கரங்களை விட்டுக்கொண்டு, கை கட்டிய வண்ணம் அவர் பின்னால். அந்த நாட்டுமக்கள், ஹரித்துவார் இதுவரை காணாத மகிமை பொருந்திய குருமான், தன் பிரதம சீடனுடன் செல்கிறார் என்று எண்ணிக் கொண்டு பக்தியுடன் கைகூப்பித் தொழுவார் கள். இப்போதும் மனக்கண் முன்னால் அக்காட்சியைக் காண முடிகிறது.

நானும் அய்யாவும் பாம்பாய் மாநிலச் சுயமரியாதை இயக்கத் தோழர்களின் அழைப்பின் பேரில் அங்குப் போயிருந்தோம். 'தாராவி எங்கே இருக்கிறது?' என்று நான் கேட்டேன். 'தாராவியா?' என்று கேட்டபடி இப்புறமும் அப்புறமும் பார்த்தார். அவருடைய நாசி விரிந்தது, குவிந்தது. என்ன இது என்று நான் கூர்ந்து கவனித்தேன். இதோ அருகாமையில்தான் தாராவி. நாற்றமடிக்கிறதே, தெரியவில்லையா? என்று கேட்டார். கேட்டு விட்டு விளக்கமளித்தார். தோல் பதனிடுகிறார்கள். அந்தத் துர்நாற்றம் அடிக்கிறது. இப்படிப்பட்ட இடம்தானே நம் மக்களுக்குக் கிடைத் திருக்கும். அதனால்தான் தாராவி அருகாமையில் இருக்கிறது என்று கூறினேன் என்றார். உண்மையாகவே, தாராவியை நெருங்கிக் கொண்டி ருந்தோம். திராவிடர், வடநாடு ஆனாலும் இலங்கையானாலும் சென்று வாழ்கின்றார்கள் என்பதல்ல பொருள், வதைபடுகிறார்கள்.

இருபத்திரண்டு ஆண்டுகளுக்கு முன் பெரியாரும் நானும் மதுரைக்குச் சென்றோம். பெரிய மனிதர்களின் அழைப்பை ஏற்று - முத்து அவர்களின்

அழைப்பைப் பெற்று அன்று! மதுரை புகைவண்டி சந்திப்பில் இறங்கிப் பெட்டி படுக்கைகளுடன் நின்றோம். எந்தக் குதிரை வண்டிக்காரரும் எங்களை ஏற்றிச் செல்ல முன்வரவில்லை. ஒவ்வொரு வண்டிக்காரனையும் அணுகி, கேட்டுப் பார்த்தோம். 'உங்களை ஏற்றிக்கொள்ள மாட்டோம்' என்று அவர்கள் கூறிவிட்டார்கள். இப்படி ஒரு மணி நேரம் இரயிலடி யிலேயே நின்று கொண்டிருந்தோம். அந்நாளில் மதுரையில் இருந்த குதிரை வண்டிக்காரர்களையெல்லாம் ஒன்று சேர்த்து, சங்கத்தை உருவாக்கி, அந்தச் சங்கத்துக்குத் தலைவராக மாற்றுக் கட்சிப் பெரியவர் ஒருவர் இருந்தார். அந்தத் தலைவரே எல்லா வண்டிக்காரர்களையும் முன்கூட்டியே அழைத்து எங்களை ஏற்றிச் செல்லக்கூடாது என்று கட்டளையிட்டிருந்தார் என்பதைப் பிறகு அறிந்து கொண்டோம்.

அண்ணா, திராவிடர் கழகத்திலிருந்து விலகி 17.09.1949ஆம் நாள் திராவிட முன்னேற்றக் கழகம் என்றும் அரசியல் இயக்கத்தைத் தொடங் கினார். அந்த விழாவில் அண்ணா உரையாற்றும்போது, 'இதயப்பூர்வமான (இதய நிறைவான) தலைவர்! இதயத்திலே குடியேறிய தலைவர்! நமக்கெல்லாம் வழிகாட்டிய பெரியார்! அவர் அமர்ந்த பீடத்தை - தலைவர் பதவியை - நாற்காலியைக் காலியாகவே வைத்திருக்கிறோம். அந்தப் பீடத்திலே - நாற்காலியிலே வேறு ஆட்களை அமர்த்தவோ, அல்லது நாங்களோ அல்லது நானோ அமரவோ விரும்பவில்லை" என்று தான் தொடங்கிய இயக்கத்திற்குத் தலைவர் அய்யாதான் என்று அறிவித்தார். 1967-இல் அண்ணா ஆட்சியில் அமர்ந்த நிலையிலும் கட்சியில் தலைவர் என்ற நாற்காலி காலியாகவே இருந்தது என்றால் அண்ணா அய்யா மீது கொண்ட பேரன்பை எளிதில் விளங்கிக் கொள்ளலாம்.

அய்யாவின் கசக்கும் மருந்தெனும் கருத்துகளை அண்ணா தன் பேச்சு என்னும் தேன் குழைத்து மக்களின் நாவில் தடவாமல் செவிகளில் தடவினார் என்பதன் மூலம் திராவிட இயக்க நாணயத்தின் இருபக்கங்களாக அய்யாவும் அண்ணாவும் உடன்பட்டும், முரண்பட்டும் பயணம் செய்து, தங்களின் வெற்றி இலக்கை அடைந்திருக்கிறார்கள் என்பதை உணர்ந்தால் இப்போதும் நம் பயணங்களுக்கும் இவர்களின் வாழ்வியல் முறைகள் நமக்கு வெளிச்சம் பாய்ச்சும்.

(இக்கட்டுரையில் உள்ள செய்திகள் அனைத்தும், தஞ்சாவூர் செம்பியன் வெளியிட்டுள்ள அண்ணா பேரவை இணையத்தில் அண்ணா எழுதிய 'தன் வரலாறு நூலிலிருந்து எடுக்கப்பட்டவை. http://www.arignaranna.net)

மொழித் திணிப்பும் பெரியார் சிந்தனையும்

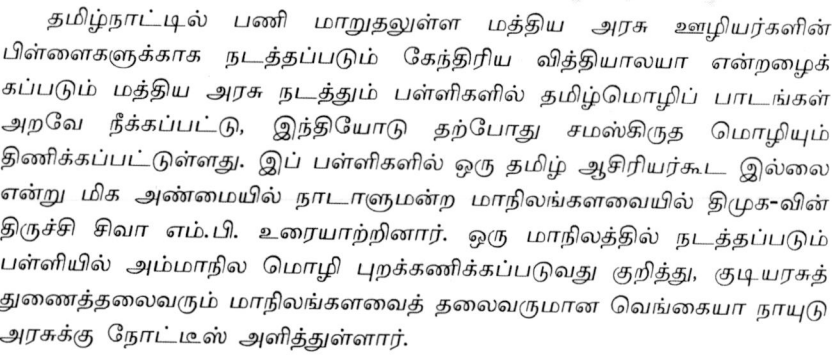

தமிழ்நாட்டில் பணி மாறுதலுள்ள மத்திய அரசு ஊழியர்களின் பிள்ளைகளுக்காக நடத்தப்படும் கேந்திரிய வித்தியாலயா என்றழைக்கப்படும் மத்திய அரசு நடத்தும் பள்ளிகளில் தமிழ்மொழிப் பாடங்கள் அறவே நீக்கப்பட்டு, இந்தியோடு தற்போது சமஸ்கிருத மொழியும் திணிக்கப்பட்டுள்ளது. இப் பள்ளிகளில் ஒரு தமிழ் ஆசிரியர்கூட இல்லை என்று மிக அண்மையில் நாடாளுமன்ற மாநிலங்களவையில் திமுக-வின் திருச்சி சிவா எம்.பி. உரையாற்றினார். ஒரு மாநிலத்தில் நடத்தப்படும் பள்ளியில் அம்மாநில மொழி புறக்கணிக்கப்படுவது குறித்து, குடியரசுத் துணைத்தலைவரும் மாநிலங்களவைத் தலைவருமான வெங்கையா நாயுடு அரசுக்கு நோட்டீஸ் அளித்துள்ளார்.

2010 மக்கள் தொகைக் கணக்கெடுப்பின்படி இந்தியா முழுமையும் சமஸ்கிருத மொழியைத் தாய்மொழியாகக் கொண்டவர்களின் எண்ணிக்கை சுமார் 24,000 என்பதாகப் புள்ளிவிவரங்கள் தெரிவிக்கின்றன. நூற்று இருபது கோடிக்கும் அதிகமான மக்கள் வாழும் நாட்டில் இந்தச் சொற்ப எண்ணிக்கையிலான மக்கள் மட்டுமே தாய்மொழியாகக் கொண்டுள்ள, குறிப்பாக அறிவியலுக்குச் சற்றும் பொருந்தாத ஒரு மொழியை குழந்தைகளிடம் திணிப்பதைக் கண்டு நாம் வாளாவிருக்கலாகுமா?

1938இல் நடைபெற்ற இந்தித் திணிப்பாக இருக்கட்டும், 1965இல் கொண்டு வரப்பட்ட, 'இந்தியே ஆட்சி மொழி' என்பதாக இருக்கட்டும், தற்போதைய சமஸ்கிருத மொழித் திணிப்பாக இருக்கட்டும் எல்லாம் மக்கள் நலனுக்காகவும், வேலை வாய்ப்புக்காகவும் என்று கூறப்பட்டாலும் அது பார்ப்பன நலனுக்கானது என்பதே உண்மை என்பதைத் தந்தை பெரியார் இந்திய விடுதலைக்கு முன்பும், இந்திய விடுதலைக்குப் பின்பும்

கூறிவந்துள்ளார். பார்ப்பன ஆதிக்க உணர்வைத் தகர்த்தெறியாமல் இந்தியாவில் எதுவும் சாத்தியமில்லை என்பதில் பெரியார் இறுதிவரை உறுதியாக இருந்தார். அந்த உறுதியை நாமும் தொடர்ந்து மேற்கொள்ள வேண்டிய தேவையை இந்திய ஒன்றிய நடுவண் அரசு ஏற்படுத்தியுள்ளது.

தந்தை பெரியாருக்கு மொழிகளின் மீதான புனிதங்களின் மீது அறவே நம்பிக்கையில்லை. மொழி என்பது ஒரு தகவல் தொடர்புக் கருவி என்பதில் அசைக்கமுடியாத நம்பிக்கை கொண்டிருந்தார். தாய்மொழியில் கல்வி பெறுவது ஒன்றே அறிவை வளர்க்கும் என்பதில் உறுதியாக இருந்தார். தந்தை பெரியாரை ஏற்றுக்கொள்ளாதவர்கள் இருவகையினர் உள்ளனர். ஒரு வகை "பெரியார் கடவுள் இல்லை என்பதைத் தவிர எனக்கு எல்லாவற்றிலும் உடன்பாடு உண்டு" என்பது. மற்றொரு வகை, "பெரியார் தமிழைக் காட்டுமிராண்டி மொழி என்று கூறிவிட்டார். இதை மட்டும் என்னால் ஏற்றுக்கொள்ளமுடியாது" என்பதாகும். பெரியார் தமிழைக் காட்டுமிராண்டி மொழி என்று கூறியது என்பது தமிழ் மொழியின் மீது கொண்ட வெறுப்பால் அல்ல. தமிழ் மொழி அறிவியல், தொழில்நுட்பங்களைப் பெற்று வேகமாக வளர்ச்சி பெறவேண்டும் என்ற அக்கறையின்பாற்பட்டது என்பதை சில தன்னல நோக்கர்களான தமிழ்த் தேசியர்கள் உணர மறுக்கின்றனர்.

17ஆம் நூற்றாண்டில் தமிழ்நாட்டுக்கு வந்த வீரமாமுனிவர் என்ற கிறித்தவப் பாதிரியார் தமிழில் எழுத்துச் சீர்திருத்தத்தை மேற்கொண்டார். அவரின் எழுத்துச் சீர்திருத்தம் மொழியை விரைவாக எழுதுவதற்குத் துணையாக இருந்தது. ஆனால் தமிழர்கள் அந்த எழுத்துச் சீர்திருத்தத்தை ஏற்றுக்கொள்ளவில்லை. தந்தை பெரியார் 1940இல், தான் தொடங்கி நடத்தி வந்த விடுதலை நாளிதழில் எழுத்துச் சீர்திருத்தத்தை அறிமுகம் செய்தார். 1980ஆம் ஆண்டு பெரியார் நூற்றாண்டு விழாவின்போது எம்.ஜி.ஆர். தலைமையிலான தமிழ்நாடு அரசு எழுத்துச் சீர்திருத்தத்தை நடைமுறைக்குக் கொண்டு வந்தது. இதன் விளைவாகத்தான் நாம் தற்போது பயன்படுத்தி வரும், லை, னை, ணை, றா, னா, ணா போன்ற எழுத்துகள் மக்கள் பயன்பாட்டுக்கு வந்தன. 'தமிழ்மொழியின் மீது அக்கறையில்லாமலா தந்தை பெரியார் இச் செயலைச் செய்துவந்தார்?' என்பதை நாம் எண்ணிப் பார்க்கவேண்டும்.

சமஸ்கிருத மொழியில் உள்ள வேதங்களைச் சூத்திரர்கள் உச்சரிக் கவோ, காதால் கேட்கவோ கூடாது. உச்சரித்தால் நாக்கை அறுக்க வேண்டும். கேட்டால் காதில் ஈயத்தைக் காய்ச்சி ஊற்றவேண்டும் என்று மனுஸ்மிருதியில், சட்டம் வரையறுக்கப்பட்டிருந்தது. காரணம், சமஸ் கிருதம் தேவ பாஷை. அதை நீஷ பாஷை (தமிழ்) பேசுவோர் பயன்படுத்

தக்கூடாது என்ற நடைமுறை இருந்தது. சமஸ்கிருதத்தைத் தேவ பாஷை என்றும் தமிழ் மொழியை நீஷ பாஷை என்றும் பார்ப்பனர்கள் குறிப்பிடுவதைப் பெரியார் கடுமையாகக் கண்டித்தார். 'சமஸ்கிருதம் தேவ பாஷை என்கிறார்கள். இருக்கட்டும். அந்த மொழியிலிருந்துதான் உலக மொழிகள் அனைத்தும் தோன்றியது என்கிறார்கள். அது எப்படிச் சாத்தியமாக இருக்கமுடியும். கால்டுவெல் என்னும் அறிஞர் இந்தியாவில் இரு மொழிக் குடும்பங்கள் மட்டுமே உள்ளன. 1. ஆரிய மொழிக் குடும்பம். இதன் தலைமை மொழி சமஸ்கிருதம். 2. திராவிட மொழிக் குடும்பம். இதன் தலைமை மொழி தமிழ் மொழி. தமிழ்மொழி சமஸ்கிருதத்திலிருந்து தோன்றிய மொழி அல்ல. சமஸ்கிருதத்தில் உள்ள 40% சொற்கள் தமிழ்ச் சொற்கள் என்று கூறியுள்ளார்.

மேலும், சமஸ்கிருதம் ஒரு மூல மொழியல்ல; அது அந்நியப் பல நாட்டுக் கதம்ப மொழி. அடிநாளில் (நீண்டநாளுக்கு முன்) மேற்கு மத்திய ஆசியாவில் வாழ்ந்த நார்டிக் ஆரிய மக்கள் பேசிவந்த மொழியே, பலமொழிகள் கலந்து சமஸ்கிருதம் என்பதாக ஆயிற்று. அதாவது, தங்கள் தாயகத்தின் சுற்று வட்டார எல்லை நாடுகளின் மொழிகளான டர்கிஸ் (Turkish) மொழி, ஈரானிய மொழி - பாக்ட்ரினியாவில் குடியேறிய பின் பர்மீரியன் மொழி ஆகியவற்றிலிருந்து தொகுத்த கதம்பமே சமஸ்கிருத மொழி. மேற்கு மத்திய ஆசியாவில் வசித்த இந்த ஆரியர்கள் பாக்ட்ரினி யாவிலிருந்து இரு பிரிவாகப் பிரிந்து, கி.மு. 1350ஆம் ஆண்டு வாக்கில் வடமேற்கிந்தியாவில் குடியேறியபோது இந்த சமஸ்கிருத மொழியையும் வடமேற்கிந்தியாவில் புகுத்தினர். சமஸ்கிருதம் என்ற சொல்லின் பொருள், சுத்தப்படுத்தப்பட்டது அல்லது பலவற்றைச் சேர்த்து உருவகப் படுத்தப்பட்டது என்பதாகும்.

மேலும் விளக்க வேண்டுமானால், இது ஹிந்துஸ்தானியில் சான்ஸ்கிரிட் என்று உச்சரிக்கப்படுகிறது. இந்தச் சமஸ்கிருத மொழியாக்கத்தின் பெரும் பகுதியும், அடிப்படை அமைப்பும் மேற்கு மத்திய ஆசியாவில் வழங்கிய ஆரிய மொழியிலிருந்து எடுத்துக் கொள்ளப்பட்டதாகும். மற்றும், பல நூற்றாண்டுகளாகப் பல்வேறு நாடுகளில் பல்வேறு மொழிகளுடன் தொடர்பு கொண்டதன் பலனாகப் பிறமொழி அம்சங்கள் பலவற்றை இந்தச் சமஸ்கிருத மொழியுடன் அவ்வப்போது சேர்த்துக் கொண்டு வந்தனர் என்று தந்தை பெரியார் சமஸ்கிருத மொழியின் வரலாற்றை, 'புரட்டு இமாலயப் புரட்டு' என்னும் நூலில் குறிப்பிட்டுள்ளார்.

1931இல் நீதிக்கட்சியின் ஆட்சியின்போது, தமிழ்நாட்டில் மருத்துவக் கல்வி பயில வேண்டுமெனில், சமஸ்கிருதம் அறிந்திருக்கவேண்டும் என்ற அடிப்படை விதியைத் தந்தை பெரியார் தகர்த்தெறிந்தார் என்ற வரலாறு

உள்ளது. இப்போது பள்ளிகளில் சமஸ்கிருத மொழியைப் படிக்கப் பார்ப்பனர்களின் நலன் காக்கும் இந்திய ஒன்றிய அரசு கட்டாயப்படுத்து கின்றது. பெரும்பான்மை மக்கள் பேசாத மொழியை, மக்கள் வழக்கில் பயன்பாட்டில் இல்லாத மொழியை ஏன் தமிழ்நாட்டு மக்கள் கற்க வேண்டும்? இதனால் என்ன பயன்? என்று வினா எழுப்பினால், கூடுதல் மொழிகளை அறிந்து கொள்வது வேலைவாய்ப்பைப் பெருக்கும் என்கிறார்கள். சமஸ்கிருதம் படித்தால் எங்கே வேலைவாய்ப்பு கிடைக்கும் என்பதற்கு இதுவரை பதில் இல்லை.

தமிழ்நாட்டில் உள்ளோர் சமஸ்கிருதம் படித்தால், சமஸ்கிருதம் அறிந்த பார்ப்பனர்கள் பள்ளிகளில் ஆசிரியர் பணியில் அமர்வார்கள். அவர்களுக்கு அரசு ஊதியம் வழங்கப்படும் என்பதைத் தவிர இதில் பெரும்பான்மை மக்களுக்கு எந்த நன்மையும் இல்லை என்பதைத் தந்தை பெரியார் 1938ஆம் ஆண்டுகளில் கூறியுள்ளது வியப்பை ஏற்படுத்துகின்றது. பார்ப்பனர்கள் தங்களின் சமஸ்கிருத மொழியை உயர்த்திப்பிடித்து, தமிழை நீசப் பாஷை என்று இழிவுபடுத்தினார்கள். காஞ்சி சங்கர மடத்தின் மூத்த சங்கராச்சாரி சந்திரசேகரிடம் குடிமை விவரங்களைப் பெறுவதற்குக் குடிமையியல் அதிகாரியாக இருந்த ஆட்சிமொழிக் காவலர் கீ.இராமலிங் கனார் சங்கர மடம் சென்றார். மடத்தில் இருந்தவர்கள், "பெரியவா நீஷபாசையைப் பேசவும் மாட்டார். கேட்கவும் மாட்டார்" என்று இராம லிங்கனாரிடம் கூறினார்கள். குடிமையியல் விவரங்களை இராமலிங்கனார் கேட்க, சந்திரசேகரர் காதைப் பொத்திக் கொள்ள, பின்னர் அவர் கேட்ட விவரங்களைச் சமஸ்கிருத்ததில் சொல்ல, பின்னர் சந்திரசேகரர் சமஸ்கிரு தத்தில் அளிக்கப்பட்ட விடை, தமிழில் பெயர்க்கப்பட்டு இராமலிங்க னாரிடம் கூறப்பட்டது என்பதும் வரலாறு (ஆதாரம்- தெய்வத்தின் குரல், ஆனந்த விகடன் வெளியீடு) சமஸ்கிருதத்தை உயர்த்திப் பிடித்து, தமிழை இழிவு செய்த சங்கராச்சாரியைப் பெரியார் கண்டித்தார். இது பார்ப்பனிய உயர்சாதி மேலாதிக்கம் என்று நாளிதழ்களில் அறிக்கை வெளியிட்டார். தமிழைக் காட்டுமிராண்டி மொழி என்பதற்காகத் தந்தை பெரியாரை இன்றளவும் ஏற்க மறுக்கும், தமிழ்த்தேசியர்கள் இன்றைய சங்கராச்சாரிகளைக் கண்டித்து உண்டா? அவர்களின் நோக்கம் பெரியாரை எதிர்ப்பது மட்டுமே என்பதை நாம் இயல்பாகப் புரிந்துகொள்ளலாம்.

1938இல் சென்னை மாகாணத்தின் முதல்வராய் இருந்த இராஜாஜி, பள்ளிகளில் இந்தியைக் கட்டாயப் பாடமாக்கி அரசாணை வெளியிட் டார். இந்தப் போக்கைத் தமிழ் அறிஞர்களும் தந்தை பெரியாரும் எதிர்த்துக் களமாடினார்கள். தமிழன் என்கின்ற உண்மை உணர்ச்சி யார் யாருக்கு இருக்கிறதோ அவர்கள் ஒவ்வொருவரும் இந் நெருக்கடித் தீர,

தங்களால் என்ன செய்ய முடியும் என்பதைப் பற்றி தீவிர யோசனை செய்யவேண்டும். இந்தியை ஒழிப்பதற்கு மாத்திரமல்ல நாம் செய்யப் போகும் போராட்டம் என்பதையும் தாங்கள் யோசனை செய்வதற்கு முன் மனதிலிறுத்திக் கொள்ளவேண்டும். பார்ப்பனியக் கொடுமையில் இருந்து நாமும், நம் பின்சந்ததிகளும் தப்புவதற்கு ஆகச் செய்யவேண்டிய அரிய முயற்சிகளைப் பற்றி யோசிக்கிறோம் என்பதை ஒவ்வொரு தமிழ் மகனும் கருதிச் சிந்திக்கவேண்டும் என்று வலியுறுத்த ஆசைப்படுகிறோம். அப்படிச் சிந்திக்கும்போது ஒவ்வொரு தமிழ் மகனும் தனது தன்மானத்தையும் ஞாபகப்படுத்திக் கொள்ளவேண்டும் என்று வற்புறுத்துகிறோம். இந்தி எதிர்ப்புப் போரானது பார்ப்பன ஆதிக்கத்தை ஒழிக்கத் தமிழனின் தன்மானத்தைக் காக்கக் கிடைத்த ஒரு ஒப்பற்ற ஆயுதம் என்பதாகக் கருதி ஒவ்வொரு தமிழனும் அதில் பங்கு கொண்டு அந்த ஆயுதத்தைப் பயன்படுத்திக் கொள்ளவேண்டுமென்று ஆசைப்படுகிறோம். பார்ப்பனியம் இன்று இந்தியைத் தமிழ் மக்களுக்குள் கட்டாயமாகப் புகுத்தவேண்டும் என்கின்ற மூர்க்கப் பிடிவாதத்தைக் கொண்டிருப்பதின் உண்மைக் கருத்து என்னவென்றால் வேலையில்லாத் திண்டாட்டத்தை ஒழிப்பதற்கு என்று நம்மைக் கருதும்படி செய்வதும், நம்மை ஏமாற்றச் செய்வதற்காகவேயாகும். (குடி அரசு - தலையங்கம் - 15.05.1938) என்று தந்தை பெரியார் இந்தித் திணிப்பில் உள்ள பார்ப்பனிய நலனை அம்பலப்படுத்தி அறிக்கை வெளியிட்டுள்ளார்.

பெரியாரைப் பார்த்து இராஜாஜி, "அந்நிய மொழியான ஆங்கிலத்தைப் படிக்க முற்படும் ஏன் நீங்கள் இந்திய மொழியான இந்தியை ஏற்க மறுக் கின்றீர்கள்? என்று கேட்டார். பிரிட்டிஷ்காரன் பேசும் ஆங்கிலம் உங்களுக்கு அந்நியமொழி என்றால், தமிழ்நாட்டை, தமிழர்களை அடிமைப்படுத்தி, தமிழை இழிவுபடுத்தி வடபுலத்து மக்கள் பேசும் இந்தி மொழி எங்களுக்கு அந்நிய மொழியே என்பதில் இருவேறு கருத்தில்லை. உலகெங்கும் பரந்து விரிந்துள்ள அறிவியல் தொழில்நுட்பச் செய்திகள் அனைத்தும் ஆங்கிலத்தில் உள்ளன. அதனால் தமிழர்கள் தங்களின் அறிவைப் பெருக்கிக்கொள்ள ஆங்கிலம் கற்பது, ஆங்கில வழியில் படிப்பது அடிப்படை தேவை என்பதை வலியுறுத்தி வருகிறேன்" என்று குடி அரசு இதழில் பெரியார் குறிப்பிட்டுள்ளார்.

பெரியார், பூனை தன் இரையைக் கவ்வுவதற்கும், தன் குட்டியைக் கவ்வுவதற்கும் உள்ள வேறுபாட்டோடுதான் தமிழ்மொழியை அணுகி யுள்ளார். தமிழ் வளர்ச்சி பெறவேண்டும் என்ற உள்ளீடே காட்டுமிராண்டி மொழி என்ற கோபத்தின் வெளிப்பாடாக உணர்ந்துகொள்ளவேண்டும். சமஸ்கிருதம் மொழி திணிப்பு என்பது தமிழர்களின் மீதான பண்பாட்டுப்

படையெடுப்பு, இந்தித் திணிப்பு என்பது, இந்தியாவை ஒரு நாடாக அறிவிப்பதற்காக முன்திட்டம், ஆங்கிலம் கற்பது என்பது உலகம் சார்ந்து அறிவை விரிவு செய்ய உதவும் என்ற பெரியாரின் மொழி குறித்த சிந்தனைகளை இன்றைய தலைமுறை, குறிப்பாக இளைய தலைமுறை உணர்ந்து கொண்டால் மொழித் திணிப்பு என்பது பார்ப்பன நலன் காப்பு என்பதை விளங்கிக் கொள்ளலாம். இந்தப் புள்ளிகளிலிருந்து தமிழர்களின் மீதான மொழித் திணிப்புகளுக்கான களங்களைப் பெரியார் கருத்துகளின் வழி அமைப்பது ஒன்றே சரியான தீர்வாக அமையும் எனில் மிகையில்லா உண்மையாகும்.

மண் விடுதலையைவிட பெண் விடுதலையே முதன்மையானது என்று முழங்கியது மட்டுமல்லாது, அதற்கான களங்களையும் அமைத்துப் போராடியவர் தந்தை பெரியார். பெண்கள் முழுக்கல்வி பெறவேண்டும் என்பதையும் தொடர்ந்து வற்புறுத்தி வந்தார். “ஆண் பெறுகிற கல்வி அவன் குடும்பத்திற்கு; பெண் பெறுகிற கல்வி இந்த சமுதாயத்திற்கு” என்றார். பெண் பெறுகிற கல்வியால் இந்த சமுதாயம் மேம்படும் என்று எண்ணினார்.

பெண் விடுதலையை முன்மொழிந்த தந்தை பெரியார், பெண் அடிமைத்தனம் கோலோச்சிக் கொண்டிருந்த அனைத்துத் தளங்களையும் சொல் என்னும் கைத்தடி கொண்டு அடித்து நொறுக்கினார். புராணம் தொடங்கி, சமகாலம் வரை பெண்ணடிமைக் கூறுகளைக் கண்டறிந்து அவற்றை விமர்சனம் செய்தார். பெரியாரின் உரை கேட்டு பெண்களே வியப்படைந்தார்கள். மனுஸ்மிருதி என்று சொல்லப்படுகின்ற மனுசாஸ்த் திரத்தில் பெண்கள் எப்படி அடக்கப்பட்டிருந்தார்கள், ஒடுக்கப்பட்டி ருந்தார்கள் என்பதைச் சமுதாயத்தின் பார்வைக்கு வைத்தார்.

பெரியாருக்கு பதில் சொல்ல முடியாத சனாதனவாதிகள் அவர் மறைந்து 48 ஆண்டுகள் கழித்து, இப்போது பொய்யான பதிலைச் சொல்லி வருகிறார்கள்.

தினமணி நாளிதழில், பல மாதங் களுக்கு முன்பு மனுசாஸ்த்திரத்தில் பெண்கள் அடக்கப்படவில்லை, ஒடுக்கப்படவில்லை, உரிமைகள்

பெரியார் முன்மொழிந்த பெண்ணுரிமை

மறுக்கப்படவில்லை என்றும் மாறாக பெண் உரிமை படைத்தவளாய் விளங்கினாள் என்றும் பெண்களுக்கு வேத காலத்தில் கல்வி அடிப்படை உரிமையாக வழங்கப்பட்டிருந்தது என்றும் ஒரு கட்டுரை RSS பார்வையோடு வெளியிடப்பட்டிருந்தது. இதற்கு நான் பின்வருமாறு அந்த நாளிதழுக்கு எதிர்வினையாற்றி இணையம் வழி மடல் விடுத்திருந்தேன். அதில் “பெண் உரிமை படைத்தவளாய் விளங்கினாள் என்றால் என்ன உரிமைகள் வழங்கப்பட்டிருந்தது? சமைப்பதும், பாத்திரங்களைக் கழுவதும், வீட்டைப் பெருக்குவதும், கணவன், பிள்ளைகளை கண்போல் பாதுகாப்பதுதான் பெண் உரிமையா? பெண்களுக்குக் கல்வி உரிமை வழங்கப்பட்டிருந்தது என்றால் அந்தப் பெண்கள் எந்த வர்ணம் சார்ந்த பெண்கள்? என்பதைக் குறிப்பிட்டிருக்கவேண்டும். பொத்தாம் பொதுவாக மனுசாஸ்த்திரத்தில் உள்ளது என்று கூறுவது உண்மையை மறைத்து, பொய்யைப் பரப்பும் அறமற்ற தன்மை” என்று குறிப்பிட்டிருந்தேன். வழக்கம்போல் தினமணி என் போன்றோர்களின் மடல்களை மறுத்து, “மனுவில் பெண்கள் உரிமையோடு வாழ்ந்தார்கள் என்பதை ஆதாரத்தோடு எடுத்துக்கூறி மனு எதிர்ப்பாளர்களுக்குக் கட்டுரை நல்ல சவுக்கடிக் கொடுத்துள்ளது” என்ற தொனியில் எதிர்வினைகள் வெளியிடப்பட்டன.

வேத காலம் தொடங்கி பெண்கள் உரிமை படைத்தவர்களாக, கல்வியை அடிப்படை உரிமையாகக் கொண்டவர்களாக விளங்கினார்கள் என்றால், கி.பி.1831ஆம் ஆண்டு, ஆங்கிலேய அரசு,‘அனைவரும் படிக்கலாம்’ என்ற சட்டத்தைக் கொண்டுவந்தபோது, ‘இதில் பெண்களும் அடங்குவார்களா?’ என்ற கேள்வி எழுப்பியவர்கள் இந்த சனாதனவாதிகள்தானே? பின்னர் அந்த சட்டத்தில் ‘பெண்களும் அடங்குவர்’ என்ற திருத்தத்தை 1833ஆம் ஆண்டு வெளியிட்டது.

இதே காலக்கட்டமான 1825 முதல் 1875 வரை குமரி மாவட்டத்தில் ‘தோள்சீலைக் கலகம்’ என்னும் போராட்டம் சுமார் 50 ஆண்டுகள் நடைபெற்றது. இந்தப் போராட்டம் முழுக்கமுழுக்க பெண்களால் நடத்தப்பட்டது. கீழ்ச்சாதி பெண்கள் ‘குப்பாயம்’ என்னும் மேல்சட்டை அணிய உரிமையில்லை. மாராப்பு சேலையால் பெண்கள் தங்களின் மார்பகங்களை மறைத்துக் கொள்ளலாம். உயர்சாதி ஆண்கள் வரும்போது மாராப்பு சேலையை இடுப்பில் சுற்றிக்கொண்டு அரைநிர்வாணமாக நிற்கவேண்டும். அப்படி மாராப்பு சேலையை இடுப்பில் சுற்ற மறுத்தப் பெண்களுக்கு தண்டத்தொகையாக ‘முலைவரி’ வசூல் செய்யப்பட்டது.

மார்பகங்களை மறைத்து சட்டை போட்டுக்கொண்ட பெண்களின் மார்பகங்கள் ஊர் பஞ்சாயத்து முன்னிலையில் அறுத்தெறியப்பட்டது. இந்தக் கொடுமைகள் எல்லாம் சனாதனத்தின் பெயரால் நடைபெற்றது.

சனாதனவாதிகள் யாரும் இந்தக் கொடுமைக்கு எதிராகக் குரல் கொடுக்க வில்லை என்பது வரலாற்று உண்மை. 1870இல் கிறித்தவ மதத்தைத் தழுவிய கீழ்ச்சாதிப் பெண்கள் தங்களின் மார்பகங்களை மறைத்துக் கொள்ள குப்பாயம் என்னும் மேல்சட்டை அணிந்துகொள்ளலாம் என்று ஆங்கிலேய அரசு ஆணை வெளியிட்டது. பின்னர் 1875இல் எல்லா கீழ்ச்சாதிப் பெண்களும் மேல்சட்டை அணிந்து தங்களின் மானத்தைக் காத்துக்கொள்ளலாம் என்ற ஆணை மீண்டும் பிறப்பிக்கப்பட்டது.

தற்போது சமூக ஊடகங்களில் சனாதனத்திற்கு ஆதரவு மனம் கொண்ட பெண் ஒருவர் பேசுவது பகிரப்பட்டு வருகின்றது. அதில் "வேதகாலத்தில், மனுவில் பெண்கள் ஆண்களுக்குச் சமமாக நடத்தப்படவில்லை என்று கூறுகின்றார்கள். ஆம். பெண்கள் சமமாக நடத்தப்படவில்லை என்பது உண்மைதான். ஆண்களுக்கு மேலாக நடத்தப்பட்டார்கள் என்பதே உண்மை" என்ற வகையில் அந்த உரையாடல் தொடர்கின்றது. இவ்வளவு பெரிய பொய்யைக் கொஞ்சமும் கூச்சமில்லாமல் ஒரு பெண்ணே பேசுகிறார் என்பதில்தான் ஆரியத்தின் நரித்தனம் வெளிப்படுகின்றது.

பெண் அடிமைத்தனத்தைத் தந்தை பெரியார் பல்வேறு கோணங் களில் அலசி ஆராய்கிறார். "பெண் மக்கள் அடிமையானது ஆண் மக்களா லேயேதான் ஏற்பட்டது என்பதும், அதுவும் 'ஆண்மை'யும், பெண் அடிமையும் கடவுளாலேயே ஏற்படுத்தப்பட்டதாக எல்லா ஆண்களும் கருதிக் கொண்டிருக்கிறார்கள் என்பதும், அதோடு பெண் மக்களும் பரம்பரை வழக்கத்தால் இதை உண்மையென்றே நினைத்துக் கொள்வதால் பெண் அடிமைத்தனம் ஆழ வேரூன்றி இருக்கிறது. பெண் மக்கள் உண்மை விடுதலை பெற்று உண்மை சுதந்திரம் பெறவேண்டுமானால், 'ஆண்மை'யும், 'பெண் அடிமைத்தனமும்' கடவுளால் உண்டாக்கப்பட்டவை என்பதற்குப் பொறுப்பாயுள்ள கடவுள் தன்மையும் ஒழிந்தாக வேண்டும் என்று சொல்லி, 'பெண் அடிமைத்தனத்திற்கு அடிப்படை கடவுள் நம்பிக்கை' என்று குறிப்பிடுகின்றார் பெரியார்.

பெரியார் பெண்கள் பிள்ளைப் பெற்றுக்கொள்வதை நிறுத்திக் கொள்ள வேண்டும் என்று அதிரடியாக ஒரு கோட்பாட்டை முன் வைத்துள்ளார். இது இயற்கைக்கு விரோதம் என்று பெண்களே ஏற்க மறுப்பார்கள் என்றும் பெரியார் குறிப்பிடுகின்றார். 'பெண்கள் பிள்ளை பெறுவதை நிறுத்தி விட்டால் உலகம் விருத்தியாகாது; மானிட வர்க்கம் விருத்தியாகாது என்று தர்ம நியாயம் பேசச் சிலர் வருவார்கள். உலகம் விருத்தியாகாவிட்டால் பெண்களுக்கு என்ன நஷ்டம்? மானிட வர்க்கம் பெருகாவிட்டால் பெண் களுக்கு என்ன ஆபத்து ஏற்பட்டுவிடக் கூடும்? அல்லது இந்த தர்மநியாயம் பேசுவர்களுக்குதான் என்ன நஷ்டம் உண்டாகிவிடும்? என்பது நமக்குப்

புரியவில்லை. இதுவரை பெருகி வந்த மானிட வர்க்கத்தால் மானிட வர்க்கத்திற்கு ஏற்பட்ட நன்மைதான் என்ன என்பதும் நமக்குப் புரியவில்லை.

பெண் அடிமைத்தன்மை பெண்களை மாத்திரம் பாதிப்பதில்லை. அது மற்றொரு வகையில் ஆண்களையும் பெரிதும் பாதிக்கின்றது. இதைச் சாதாரண ஆண்கள் உணருவதில்லை. பெண்கள் பிள்ளை பெறுவதில்லை என்கிற காரியத்தில் ஆண்களுக்கு எவ்வித கஷ்டமும் கிடையாது என்பதோடு, ஆண்களுக்கு இலாபமும் உண்டு என்பதையும் தெரிவித்துக் கொள்கிறோம். எப்படியெனில், ஒரு மனிதன் தான் பிள்ளை குட்டிக்காரனா யிருப்பதனாலேயே யோக்கியமாகவும், சுதந்திரமாகவும் நடந்துகொள்ளப் பெரிதும் முடியாமலிருக்க வேண்டியவனாய் விடுகிறான். அன்றியும் அவனுக்கு அனாவசியமான கவலையும் பொறுப்பும் அதிகப்படவும் நேரிடுகின்றது." (குடி அரசு, 12.08.1928) பெண்கள் பிள்ளை பெறாமலிருந்தால் ஆண்களுக்குத்தான் இலாபம் என்று எதிர்மறையாகவும் தந்தை பெரியார் சிந்தித்துள்ளார்.

ஆண்களுக்கு நிகராக எல்லாத் துறைகளிலும் பெண்கள் பணியாற்ற முன்வரவேண்டும் என்று தந்தை பெரியார் குரல் கொடுத்தார். 1990களில் இந்தியாவில் முதன்முறையாக தந்தை பெரியார் பிறந்த தமிழ்நாட்டில்தான் பெண் போலீஸ் என்னும் பெண் காவலர்கள் அரசுத் துறையில் பணிய மர்த்தப்பட்டனர். இன்று இராணுவத்திலும் பெண்கள் பணியாற்றி வருகிறார்கள் என்றால் தந்தை பெரியார் 100 ஆண்டுகளுக்கு முன்பு கொடுத்த குரல்தான் இதற்கு அடிப்படை என்பதை நாம் நினைவில் கொள்ள வேண்டும்.

பெண்கள் ஆண்களுக்கு நிகராக குடும்ப வாழ்விலும் வாழ்ந்து காட்ட வேண்டும் என்பதைத் தந்தை பெரியார் வற்புறுத்துகின்றார். "நான் எத்தனை பெண்டாட்டி வேண்டுமானாலும் கட்டிக்கொள்ளுவேன்; நான் எத்தனை பெண்களை வேண்டுமானாலும் ஆசை நாயகிகளாக வைத்துக் கொண்டு அனுபவிப்பேன். ஆனால் பெண்ணாய்ப் பிறந்த நீ ஒரு புருஷன் தான் கட்டிக்கொள்ள வேண்டும்; அவன் செத்துப்போனாலும் புருஷன் என்பதாக ஓர் உயிர் உண்டு, ஆண், பெண் சேர்ந்து அனுபவிக்கும் இன்பம் என்பதாக ஒரு குணம் உண்டு என்பதை மறந்துவிட வேண்டும் என்கிற விதி உண்டு. இதற்கும் கடவுள், மதம், முன்பிறவிப் பலன் சம்பந்தப்பட்டி ருக்கிறது என்பதான நியதி இருக்கிறது. இது மிகவும் அநீதியும் அக்கிர முமான விஷயமாகும். இந்தக் கொள்கைகளை ஆண்கள் மாற்றிக் கொள்ள லாம் என்றும் பெண்கள் அப்படி மாற்றிக் கொள்ள நினைப்பது சுத்த முட்டாள்தனமாகும் என்றும் கருதப்படுகின்றது. ஆண்களைப் போலவே பெண்களும் செய்யத் தயாராக இருக்க வேண்டும்.

ஆண் இரண்டு வைப்பாட்டிகளை வைத்துக் கொண்டால், பெண் 3 ஆசை நாயகர்களை வைத்துக்கொள்வதற்கு முற்படவேண்டும். உடனே நிலைமை சரிப்பட்டுப்போகும். உண்மையான சமரசம் தோன்றிவிடும். பிறகு இருவருக்கும் கஷ்டமே இருக்காது. சிலர் இப்படிச் சொல்வது தப்பு என்றும், ஒழுக்கம் கெட்டுப்போகும் என்றும் ஆண்களுக்கு எவ்வளவு வேண்டுமானாலும் புத்தி சொல்லுங்கள் என்றும் சொல்ல வருவார்கள். ஆண்களுக்குப் புத்தி அனேக காலமாய்ச் சொல்லியாகிவிட்டது. கல்யாணம் செய்துகொள்ளுவதே அடிமைப் பிரவேசம் என்றாகிவிட்டது" (குடிஅரசு,08.02.1931) என்று பெண்ணுரிமையை முற்றிலும் ஒரு புதிய கோணத்தில் தந்தை பெரியார் ஆராய்ந்துள்ளார்.

ஒரு கன்னத்தில் அறைந்தால் மறுகன்னத்தைக் காட்டு என்று மதம் சொல்வதைக் கோழைத்தனம் என்றும், ஒரு கன்னத்தில் அறைந்தால் நீ இரு கன்னத்திலும் அறை, அப்போதுதான் அறைந்தன் அறையப்பட்டதன் வலியை உணருவான் என்பதை பெரியார் எடுத்துக்காட்டியுள்ளார். பெண் களின் பொறுமை ஆண்களை ஒருபோதும் திருத்தாது. அது தவறு செய் வதற்கு ஆண்களைத் தூண்டும் விதமாகவே அமையும் என்ற கருத்தையும் தந்தை பெரியார் முன் வைக்கின்றார்.

பெரியார் பெண்களுக்கான சொத்துரிமை பற்றியும் பேசியுள்ளார். பெண் உரிமையின் அடிநாதமாகவும் மைய இழையாகவும் உள்ளது சொத்துரிமை என்பது இயல்பான உண்மையாகும். "சொத்துடைய தகப்பன் இறந்துவிட்டால், அந்தச் சொத்து ஆணுக்குத்தான் சேரவேண்டும். பெண்ணுக்கு இல்லை. மலையாள நாட்டைப் பொறுத்தவரையில் சொத்து பெண்களுக்குத்தான் சேர வேண்டும். ஆணுக்கு இல்லை. அங்கே தாயார்தான் முக்கியம். அவர்களுக்கு தகப்பனைப் பற்றியக் கவலையில்லை. பெண் சமுதாயத் துறையிலே வேறு வசதியில்லாமல், உரிமை இல்லாமல், அடிமையைப் போல நடத்தப்பட்டதாலேயே, ஏதோ சொத்துக்கு வாரிசான ஒரு பிள்ளை பெற்றுக்கொடுக்க வேண்டிய அவசியத்திற்கு இந்தத் திருமண முறை மூலம் ஆளாக்கப்பட்டு விட்டாள்" (விடுதலை, 17.02.1951) என்று பெண்களுக்குச் சொத்துரிமையின் தேவையை உணர்த்தியிருக்கிறார்.

1989ஆம் ஆண்டு திமுக ஆட்சியின்போது அன்றைய முதல்வர் கருணாநிதி, 'பெண்களுக்குச் சொத்தில் சம உரிமையுண்டு' என்று சட்டம் இயற்றினார். கடந்த சில மாதங்களுக்கு முன்பு இந்திய ஒன்றியத்தின் உச்சநீதிமன்றம், 'பெண்களுக்குச் சொத்தில் சமபங்கு உண்டு' என்ற தமிழ்நாடு அரசின் சட்டம் செல்லும் என்று தீர்ப்பு வழங்கியுள்ளது. இது திராவிட இயக்கத்திற்கும் தந்தை பெரியாரின் அயராத உழைப்பிற்கும்

கிடைத்த உன்னதமான நற்சான்று என்று பெருமை கொள்ளலாம்.

பெண்கள் மீது சுமத்தப்பட்டு வருகின்ற கற்பு குறித்தும் பெரியார் பேசியிருக்கிறார். ஆணுக்கு இல்லாத கற்பு பெண்ணுக்கு ஏன் கற்பிக்கப் பட்டது? பெண்ணுக்குக் கற்பு இருக்கிறது என்றால் ஆணுக்கு ஏன் கற்பு என்பது இல்லை? கற்பு என்பது ஆண்களால் பெண்கள் மீது வலுக் கட்டாயமாகத் திணிக்கப்பட்டதுதான் உண்மை என்பதைத் தந்தை பெரியார் இலக்கிய ஆதாரங்களோடு பேசுகிறார். 'கற்பெனப்படுவது சொற்றிறம்பாமை' என்கின்ற வாக்கியப்படி பார்த்தால், கற்பு என்பது சொல் தவறாமை - அதாவது, நாணயம், சத்தியம், ஒப்பந்தத்திற்கு விரோத மில்லாமல் நடப்பது என்கிறதான கருத்துகள் கொண்டதாக இருக்கின்றது. அதைப் பகாப் பதமாகப் பார்த்தால், மகளிர் நிறை என்று காணப்படு கின்றது. இந்த இடத்தில் மகளிர் என்பது பெண்களையே குறிக்கும் பதமாக எப்படி ஏற்பட்டது என்பது விளங்கவில்லை. நிறை என்கின்ற சொல்லுக்குப் பொருளைப் பார்த்தால் அழிவின்மை, உறுதிப்பாடு, கற்பு என்கின்ற பொருள்களே காணப்படுகின்றன. கற்பு என்பது பெண்களுக்கு மாத்திரம் சம்பந்தப்பட்டது என்பதற்குத் தக்க ஆதாரம் கிடைக்க விட்டாலும் அழிவில்லாதது, உறுதியுடையது என்கின்ற பொருள்களே காணக் கிடைக்கின்றன.

திருக்குறளில் 'வாழ்க்கைத் துணை நலத்தை' பற்றிச் சொல்லவந்த 6ஆம் அத்தியாயத்திலும், பெண்வழிச் சேறல் என்பதைப் பற்றிச் சொல்ல வந்த 91ஆம் அத்தியாயத்திலும், மற்றும் சில தனியிடங்களிலும் பெண்கள் விஷயத்தில் மிக்க அடிமைத் தன்மையும், தாழ்ந்த தன்மையும் புகுத்தப் பட்டிருப்பதாகவே எண்ணக் கிடக்கின்றது. கற்பு என்பதற்கு 'பதிவிரதம்' என்கின்ற கருத்தை எழுதியிருப்பார்களா என்பதையும் யோசித்துப் பார்க்கும் படிக் கேட்டுக்கொள்ளுகிறேன். பெண்களைவிட ஆண்கள் செல்வம், வருவாய், உடல்வலி கொண்டவர்களாக ஆக்கப்பட்டுவிட்டதனாலும் பெண்கள் அடிமையாவதற்கும், புருஷர்கள் மூர்க்கர்களாகிக் கற்பு என்பது தங்களுக்கு இல்லை என்று நிறைப்பதற்கும் அனுகூலம் ஏற்பட்டதே தவிர வேறில்லை. தவிர, புருஷர்கள் கற்புடையவர்கள் என்று குறிக்க நமது பாஷைகளில் தனி வார்த்தைகளே காணாமல் மறைபட்டுக் கிடப்பதற்குக் காரணம், ஆண்களின் ஆதிக்கம் தவிர வேறில்லை.

இந்த விஷயத்தில், உலகத்தில் ரஷ்யா தவிர வேறு நாடோ, வேறு மதமோ, வேறு சமூகமோ யோக்கியமாய் நடந்துகொண்டிருக்கிறது எனச் சொல்லமுடியாது. அய்ரோப்பிய தேசத்தில் பெண்களுக்கு பலவித சுதந்திரங்கள் இருப்பதுபோல் காணப்பட்டாலும் புருஷர்கள் பெண்சாதி என்பதற்காக ஏற்பட்ட பதங்களிலேயே உயர்வு, தாழ்வு கருத்துகள்

நுழைக்கப்பட்டிருப்பதுடன், சட்டங்களும் புருஷனுக்கு அடங்கி நடக்க வேண்டியதாகவே ஏற்பட்டிருக்கின்றன. கற்புக்காகப் புருஷனின் மிருகச் செயலைப் பொறுத்துக் கொண்டிருக்க வேண்டுமென்கின்ற கொடுமையான மதங்கள், சட்டங்கள் மாயவேண்டும். கற்புக்காக மனத்துள் தோன்றும் உண்மை அன்பை, காதலை மறைத்துக் கொண்டு காதலும் அன்பு இல்லாதவனுடன் இருக்கவேண்டும் என்கின்ற சமூகக் கொடுமையும் அழியவேண்டும்" (*பெண் ஏன் அடிமையானாள்? அத்தியாயம் - 1, பதிப்பு - 1971*) என்று பெண்கள் மீது சுமத்தப்பட்ட கற்புக்கு எதிராக தந்தை பெரியார் குரல் கொடுத்துள்ளார்.

பெண்ணுரிமை, பெண்விடுதலை என்ற கருத்தாக்கங்களை உள்ளடக்கி, பெண்ணியம் என்ற புதிய சொல்லாடல் உருவாகியுள்ளது. பெண்ணியம் வெறும் சொல் அல்ல, அது செயற்பாட்டு களம் என்று பேராசிரியர் முனைவர் அரங்க மல்லிகா குறிப்பிடுகின்றார். பெண்விடுதலைக்குப் பெண்களும், பெண்விடுதலையை உணர்ந்து ஆண்களும் போராட முன்வர வேண்டும் என்றும் அரங்க மல்லிகா குறிப்பிடுகின்றார். தந்தை பெரியார் "பெண்விடுதலையைப் பெண்களே முன்னெடுக்கவேண்டும். ஆண்கள் பேசும் பெண்விடுதலையைப் பெண்கள் சந்தேகம் கொள்ளவேண்டும். ஏனெனில், ஆண்கள் பேசும் பெண்விடுதலை என்பது அவர்களுக்குச் சார்பானதாகவே இருக்குமேயொழிய பெண்களுக்குச் சார்பானதாக இருக்காது" என்றும் குறிப்பிட்டுள்ளார்.

பெண்ணுரிமைக்கான களத்தில் தந்தை பெரியார், பெண்களுக்கான உரிமைகளையும், அதற்கான சமூகத் தடைகளையும் விரிவாகப் பேசியுள்ளார். இன்று பெண்கள் பழமைவாதம் கொண்டு கூட்டுப்புழுக்களாய் இல்லாமல், உரிமை படைத்தவர்களாக வண்ணத்துப்பூச்சிகளாய் வானில் சிறகடித்துப் பறக்கிறார்கள் என்றால் அந்தச் சிறகுகள் தந்தை பெரியாரின் கருத்தியல் என்பதை உணர்ந்தால் பெண்ணினம் இன்னும் உரிமைகளோடு வாழும் என்பதில் இருவேறு கருத்திருக்க வாய்ப்பில்லை.

பெரியாரின் பகுத்தறிவு மரபு

*31.01.2012*ஆம் நாள் பாரதிதாசன் பல்கலைக்கழகப் பெரியார் உயராய்வு மையமும் வரலாற்றுத் துறையும் இணைந்து நிகழ்த்திய 'நவீனப் பகுத்தறிவு மரபில் பெரியார்' எனும் பொழிவில் பேராசிரியர் எஸ்.வி.ராஜதுரை அவர்கள் ஆற்றிய உரையிலிருந்து சில பகுதிகள் மட்டும் இங்கே தொகுத்து வழங்கப்பட்டுள்ளது. பெரியாரின் பகுத்தறிவு மரபின் வேர்களை அறிந்துகொள்ள இக் கட்டுரை உதவியாக இருக்கும் என்று நம்புகிறேன். கீழே பேராசிரியர் எஸ்.வி.ராஜதுரை ஆற்றிய உரையின் சுருக்கம் தரப்பட்டுள்ளது.

நவீன பகுத்தறிவு மரபில் பெரியார் என்கின்ற பொழுது, சில நிகழ்வுகள் எனக்கு (எஸ்.வி. ராஜதுரை) நினைவில் தோன்றுகின்றன. பெரியாரோடு இருந்து உணவு உண்ணுவதற்கான வாய்ப்பு எனக்கு மூன்று முறை கிட்டியது. அவருடைய கூட்டத்திற்குத் தலைமை தாங்கக்கூடிய மகத்தான வாய்ப்பு, அவர் இயற்கை எய்துவதற்கு ஐந்து மாதங்களுக்கு முன்புதான் எனக்குக் கிட்டியது. அது அப்போது எனக்குக் கிட்டிய பெரும்பேறு. அப்போது நான் பெரியாரின் இயக்கத்தைச் சேர்ந்தவன் அல்ல. நான் ஒரு மார்க்சியவாதியாகத்தான் இருந்தேன். அன்று எனது தலைமை உரையை எழுதித்தான் வாசித்தேன். மிகப்பெரும் புரட்சியாளராகவும் பெண்ணியலாளராகவும் விளங்கிய பெரியாரை ஹோசிமினோடும்,

மாவோவுடனும் ஒப்பிட்டுப் பார்த்தேன். அவர்கள் தங்கள் நாட்டினில் புரட்சியைச் செய்தவர்கள் மட்டுமல்லர், பல ஆண்டுகளாக முதலாளி யத்திற்கும் ஏகாதிபத்தியத்திற்கும் அடிமையாகக் கிடந்த அம்மக்களுக்கு ஓர் அடையாளத்தை கொடுத்தவர்கள். அதேபோல் ஜாதிகளாலும் வேறு பிற ஒடுக்குமுறைகளாலும் வேறுபட்டுக் கிடக்கின்ற மக்களை ஒன்று திரட்டி, திராவிடன், தமிழன் என்கின்ற ஓர் அடையாளத்தை நமக்குக் கொடுத்தவர் பெரியார் என்கின்ற அளவிலே ஒப்பிட்டேன்.

அதற்கு முன்பாகத் தமிழ்நாட்டில் இருந்த வருணாசிரம எதிர்ப்பு மரபு பற்றி எனக்குத் தெரிந்த அளவு குறிப்பிட்டேன். வள்ளலார், சித்தர்கள் ஆகியோரைப் பற்றியெல்லாம் அதில் குறிப்பிட்டிருந்தேன். அப்போது பெரியார் தனக்கே உரிய வெளிப்படையான விமர்சனப் பார்வையில் கூறினார். 'எனக்கு இந்தச் சித்தனுங்க பற்றியெல்லாம் தெரியாது. இவங்க மரபுக்குள் நான் வரல. நான் எனது சொந்த அனுபவத்தின் மூலமாக உருவாக்கிக் கொண்ட கொள்கைகள்தான் என்னுடையது' என்று கூறினார். அதை நான் முழு உண்மை என்று ஏற்றுக் கொள்ளமாட்டேன். ஆனாலும் பல இடங்களில் அவரே மிக அடக்கத்தோடு, பரமசிவ முதலியார், சோம சுந்தரமுதலியார் என்ற மிகப்பெரிய தமிழறிஞர்களோடு விவாதங்கள் செய்து தமிழ் இலக்கியங்களில் எவ்வளவு தொன்று தொட்ட இலக்கியங் களுக்குச் சென்றாலும் பெண்ணடிமைத்தனம் இருக்கின்றது என்று கூறுகையில், தான் பத்து அகவைவரைதான் கல்வி கற்றறிந்ததையும் கற்றறிந்தவர்கள் எப்போதும் தன்னைச் சுற்றி இருப்பதனால் தொடர்ந்து கற்றுக்கொண்டு வருவதாகவும் அடக்கத்தோடு கூறுகின்றார்.

பெரியார் நடத்தி வந்த பழைய இதழ்களை எடுத்துப் பார்த்தோமே யானால் 19, 20ஆம் நூற்றாண்டின் உலகப் புகழ் வாய்ந்த, இன்னும் சமு தாயத்திலும் அரசியலிலும் பண்பாட்டுத் துறையிலும் தாக்கம் செலுத்திக் கொண்டிருக்கின்ற எந்த முக்கியப் பெயரை எடுத்துக் கொண்டாலும் அவர்களைப் பற்றிய கட்டுரைகள் அல்லது அவர்களின் ஆக்கங்களின் மொழி ஆக்கங்களை நாம் காணலாம். எனக்கே பிரமிப்பாக இருக்கும்.

ஏனென்றால் நீண்டகாலமாக நான் இடதுசாரி இயக்கத்தில் இருந் தவன். பெட்ரன்ட்ரஸ்ஸலின் மொழிநடை மிகவும் கடினமான நடை. அவர் ஒரு தத்துவவாதி, நாத்திகர், கடவுள் மறுப்புக் கொள்கை உடையவர். அவருக்கும் எங்களைப் போன்று மார்க்ஸிய இயக்கத்தில் இருக்கக் கூடியவர்களுக்கும்கூட, ஒரு குறுகிய வட்டாரத்திற்கு மட்டுமே தெரிந்த ஸ்காட்நியரிங் என்பவருக்கும் ரஸ்ஸலுக்கும் அக்காலத்தில் நடந்த கருத்துப் போராட்டங்களின் சாரம், இரஷ்யா போன்ற நாடுகளில் நடந்த புரட்சி மற்ற நாடுகளுக்குப் பொருந்துமா? என்பதுதான். அதனைப் பெரியார்

ஏன் மொழிபெயர்த்துப் போடுகிறார் என்றால் அது ஒரு Academic Interest என்பதற்காக அல்ல. அது அந்நாட்டிற்குப் பொருந்துமா? அமெரிக்காவிற்குப் பொருந்துமா? இங்கிலாந்திற்குப் பொருந்துமா? எனப் பெட்ரன்ட் ரஸ்ஸல் கேள்வி எழுப்பும்பொழுது அந்தக் கேள்விக்கு அவர் சொல்லும் பதிலை வைத்துக்கொண்டு, அந்தப் பொதுவுடைமைத் தத்துவம் இந்த நாட்டிற்குப் பொருந்துமா? அவ்வாறாகப் பொருந்துமென்று கூறினால் அப்பொதுவுடைமைச் சமுதாயம் வருவதைத் தடுக்கின்ற சக்திகள் என்னென்ன? என, இவ்வழியில் நம்மைச் சிந்திக்க வைப்பதற்காக அந்தக் கட்டுரைகள் மொழியாக்கம் செய்து தரப்பட்டன.

எங்களுக்கு நன்கு தெரிந்த Intelligent Women's Guide to Socialism என்னும் பெர்னாட்ஷாவின் மிகப் புகழ் பெற்ற புத்தகம் பெரியார் நடத்தி வந்த ஏடுகள், பதிப்பகங்கள் ஆகியவற்றின் ஊடாக இது வேறுவேறு தலைப்புகளில் 1928-இல் தொடங்கி 1940கள் வரை பதினைந்து பதிப்புகள் வெளிவந்திருக்கும். வால்டேரின் எழுத்துகள், காரல் மார்க்ஸின் எழுத்துகள் எனப் பல சிந்தனைகள் அறிமுகம் செய்யப்பட்டுள்ளன. 1936 இறுதியிலிருந்து 1937 வரைக்கும் இந்தியாவில் வேறு எந்த மொழியிலும் அல்லாமல் முதல் முறையாகத் தமிழில் மொழியாக்கம் செய்யப்பட்டதாக மிகவும் புகழ்பெற்ற நூலான அம்பேத்கரின் Annihilation of Caste எனும் நூலை 'சாதியை ஒழிக்க வழி' எனும் பெயரில் ஒவ்வொரு வாரமும் தொடராக வெளியிட்டு வந்தார் பெரியார்.

பிரான்சு நாட்டின் அறிவொளிச் சிந்தனைகளின் பின்னணியில் வந்த வால்டேர் திருச்சபைகளில் மதத்தின் பெயரால் பரப்பப்பட்டு வருகின்ற மூடநம்பிக்கைகளை, மதத்தின் பெயரைச் சொல்லிக் கொண்டு சுரண்டிக் கொழுக்கின்ற அரசர்களின், மதகுருக்களின் நலப் பண்புகளை எல்லாம் எதிர்க்கக்கூடிய, விமர்சனம் செய்யக்கூடிய கருத்துகளை முன்வைத்தவர். அமெரிக்காவில் இங்கர்சால் புரோடேஸ்ட், மதப் பாதிரியாக, பாஸ்டராக இருந்தவர். மதப் போதகராக இருந்தவர், பின்னாளில் மதம் எவ்வாறு சுரண்டக்கூடியவர்களுக்கு, ஒடுக்கக்கூடியவர்களுக்குப் பயன்படுகிறது என்று வெளியுலகிற்குப் புலப்படுத்தியவர். மிகப்பெரிய நாத்திகராக மாறி மத எதிர்ப்பாளராக மனிதநேயராக ஏராளமான கட்டுரைகளை அவர் எழுதியிருக்கின்றார். அந்தக் கட்டுரைகள் எல்லாம் சுயமரியாதை இயக்கத்தாரால் ஏராளமாகத் தமிழில் மொழிபெயர்க்கப்பட்டன.

கார்ல் மார்க்ஸ் படைப்புகள், லெனின் படைப்புகள் என இன்னும் சொல்லப்போனால் 1848இல் மார்க்ஸ், ஏங்கல்சால் எழுதப்பட்ட கம்யூனிஸ்ட்டுக் கட்சி அறிக்கை, பத்து வயதுவரை மட்டுமே பள்ளிக்கூடம் சென்று பயின்ற பெரியாரால் 1931இல் தமிழில் மொழிபெயர்க்கப்பட்டது.

அது முழுமையாக அல்ல ஒரு சிறுபகுதி அளவில் மொழிபெயர்க்கப்பட்டது. இந்தத் தரவுகளை எல்லாம் மேலைநாடுகளில் இருந்து பெரியார் கொண்டு வந்திருந்தார். 1948-இல்தான் இது கம்யூனிஸ்ட்டுக் கட்சியினரால் முழுமையாக ஆக்கம் பெறுகிறது.

ஆனால் இரஷ்யாவில் ஏன் புரட்சி வந்தது? இந்தியாவில் அதைவிடக் கொடுமைகள் மத ரீதியாக நிலவுகையில் இன்னும் ஏன் புரட்சி ஏற்பட வில்லை என்பதை விளக்கும் மிகநீண்ட ஒரு முன்னுரையைக் கம்யூனிஸ்ட்டுக் கட்சி அறிக்கையின் மொழியாக்கத்தில் பெரியார் எழுதியுள்ளார். அதில் கூறும்பொழுது, 'ஜாதி என்பது இங்கு ஒரு தடைக்கல்லாக இருந்து வருகிறது. ஜாதிக்கு ஆதாரமாகவுள்ள மதம், சாத்திரங்கள் ஆகியவைகளே புரட்சிக்கு முக்கியத் தடைகளாக இருக்கின்றன. இவற்றில் இருந்து மீளும் வரைக்கும் உங்களுக்குள்ளே சாதிகளற்ற சமயங்களற்ற சமத்துவ உணர்வுகள் வரும்வரைக்கும் இங்கே எவ்விதமான புரட்சியும் மாற்றமும் வராது' என அந்த நீண்ட முன்னுரையில் எழுதியிருக்கிறார்.

இந்த நாட்டில் கம்யூனிசக் கொள்கைகள் நிலவ விரும்புபவர்கள், சமதர்மப் பொருளாதாரம் நிலவவேண்டும் என விரும்புபவர்கள் முதலில் தெரிந்துகொள்ளக்கூடிய விஷயம் என்ன என்பதை இம்முன்னுரையில் பெரியார் அழகாக விளக்கியுள்ளார். மேற்குநாடுகளில் இருந்து எந்தக் கருத்துகளை எடுத்துக்கொண்டாலும் அதனை இந்த நாட்டோடு பொருத்திக்காட்டுவது பெரியாரின் பண்புகளில் ஒன்றாக இருந்து வந்தது. மேலைநாட்டுக் கருத்துகளால் என்ன பயன்? இங்கு விளங்கும் சூழல்களில் வரலாற்றுக் காலச் சூழல்களில் என்ன பொருத்தப்பாடுகள் இருக்கின்றன என்பதை ஆராய்ந்து, இந்த நாட்டில் சமதர்ம உணர்வுகள் வராமலிருக்கக் காரணமாக, ஜாதியே அடிப்படையாக அமைகிறது என்பது அவர் கண்டறிந்த காரணி. இந்தச் சாதி என்பது ஆண்-பெண் ஏற்றத்தாழ்வுகளுக்கு, பார்ப்பான்-பறையன் என்ற ஏற்றத் தாழ்வுகளுக்கு இட்டுச் செல்வதற்கான மையப்புள்ளியாக அமைகிறது என்பதுதான் அவரின் அடிப்படையான தத்துவம். அந்த அடிப்படையான கோட்பாட்டில் இருந்துதான் அவர் கூறிய பகுத்தறிவுக் கொள்கை எல்லாம் விரிவடைகின்றது.

மதத்தைப் பற்றி அவர் கூறிய கொள்கைகள் அதிலிருந்துதான் பிறக்கின்றன. ஆண்-பெண் சமத்துவம் என்கின்ற கோட்பாடு இந்த அடிப்படையான புரிதலில் இருந்துதான் பிறக்கின்றது. சாதாரணமாகப் பார்த்தோமானால் அவர் ஒரு கடவுள் மறுப்பாளர், கடவுளைத் திட்டுபவர், வறட்டுத்தனமான ஒரு பகுத்தறிவாளர் என்றுதான் பெரும்பாலும் பெரியார் அறியப்பெறுகிறார். மாணவர்கள் பெரியாரை விருப்பு வெறுப்புகள் இன்றிப் படிப்பார்களேயானால் பெரியாரை வெறும் இறை

மறுப்பாளர் அல்லர் என்பதைக் காண்பார்கள்.

பெரியாரின் கடந்த காலத்தைப் (Immediate past) பார்த்தீர்களேயானால் அவருக்கு ஒரு மரபு இருந்திருக்கிறது. பெரியார் இயக்கத்தோடு, மேலோட்டமாகப் படிக்கும் சிலர் வேண்டாத விவாதங்களைத் தமிழ்நாட்டில் எழுப்புவார்கள். பெரியார் ஏன் அயோத்திதாச பண்டிதரைப் பற்றி எழுதவில்லை? இவர் ஏன் அவரைப் பற்றி எழுதவில்லை என்று கேட்கிறார்கள். அயோத்திதாசரோ, பெரியாரோ தங்கள் கருத்துகளுக்கு ஆதாரமாகப் பிற சிந்தனையாளர்களைப் பெயர் சொல்லிக் குறிப்பிடுவதில்லை. ஏனென்றால் அவர்கள் உலகத்தில் உள்ள ஞானங்கள் அனைத்தையும் தங்களது என்று எடுத்துக் கொண்டார்கள். அயோத்திதாசரின் பல புத்தங்களின் விளம்பரங்கள் குடிஅரசு ஏட்டில் வந்துள்ளன. அயோத்திதாசர் நடத்தி வந்த 'ஒருபைசாத் தமிழன்' பத்திரிகை, பிறகு 'தமிழன்' என்று மாற்றப்பெற்றது. பின்பு அவ்விதழைக் கோலாருக்குச் சென்றே நடத்தி வந்தனர். கோலாரில் உள்ள ராபின்சன்பேட்டையில்தான் நடத்தி வந்தார்கள் (தங்க வயல் இருக்கும் கோலார் என்னும் ஊரில்). அதை நடத்தியவர் பெரியாரின் சுயமரியாதை இயக்கத்தின் தூண்களில் ஒருவராக இருந்தவர். எனவே, பெரியார் அயோத்திதாசரைப் புறக்கணித்து விட்டார் எனக் கூறிவிடமுடியாது.

ஆனால் அதைவிடப் பெரியாருக்கு மிகமுக்கியமானது எதுவென்று கூறினால், அந்த இயக்கத்தில் அயோத்திதாசரோடு கூடவே இருந்து அவருடைய ஒரு பைசாத் தமிழன், தமிழன் பத்திரிகையில் ஆரம்ப காலத்தில் எழுதிக் கொண்டிருந்த மா.மாசிலாமணி என்னும் ஒரு பெரிய மேதைதான். அவர் தலித் அல்லர். ஆனால் அவர் எழுதிய அனைத்துமே பார்ப்பனியத்திற்கும் வர்ணாசிரமத்திற்கும் எதிரானவை. மேலும், தங்களுக்குக் கீழே உள்ள தாழ்த்தப்பட்ட மக்களை அழுத்திக் கொண்டு இருக்கிற இடைநிலைச் சாதியினருக்கு, சூத்திரருக்கு எதிராகவும் எழுதினார்.

அவர் ஒரு இடைநிலைச் சமூகமான முதலியார் வகுப்பைச் சார்ந்தவர். அவர் 19ஆம் நூற்றாண்டின் துவக்கத்தில் 1818இல் வர்ணபேதச் சுருக்கம் என்று ஒரு நூலை எழுதியுள்ளார். அதற்குப் பின் அது விரிவுபடுத்தப்பட்டு வர்ணபேத விளக்கம் என்கின்ற நூலாக வெளியிடப்பட்டது. அதனுடைய இரண்டாவது மூன்றாவது பதிப்புகளைக் கோலாரிலுள்ள சித்தார்த் பதிப்பகத்தாரர் வெளியிட்டனர். அந்தக் குறிப்பிட்ட நூலைத்தான் பெரியார் சிலாகித்து 1935-இல் எழுதுகிறார். அந்நூல் பிராமணரைத் தாக்குவதல்ல, சூத்திரர்களைக் கடுமையாகத் தாக்குவது. நீ ஏன் பிராமணனைப் போலக் காட்டிக் கொள்கிறாய். நீயே உனக்குக் கீழாக இருக்கும் தாழ்த்தப்பட்டவரைக் கொடுமை செய்கிறாய்; பிறகு ஏன் உனக்குச் சுதந்திரம் கொடுக்க வேண்டும் என்று எழுதுகிறார்.

அயோத்திதாசருடன் இருந்தவர் பேராசிரியர் லட்சுமி நரசு ஆவார். இவர் கிறித்தவக் கல்லூரியில் பேராசிரியராகப் பணியாற்றியவர். அனேகமாக அவர் 1930களில் மிகவும் வயதானவராக இருந்திருக்கவேண்டும். அவர் வயதான இறுதிக்காலங்களில் பெரியாரின் சுயமரியாதை இயக்கத்தோடு தொடர்பு கொண்டுள்ளார். ஒன்றிரண்டு சுயமரியாதை மாநாடுகளில் லட்சுமி நரசு பேசுவதையெல்லாம் நாம் குடிஅரசில் பார்க்கின்றோம். அதற்கு முன்பாக இவர்கள் அனைவரும் எங்கிருந்து வந்தார்கள் என்றால் நமக்கு மிகவும் வியப்பாக இருக்கின்றது. 1930ஆம் ஆண்டுகளில் வெளி வந்த பெரியாரின் ஏடுகளில் வால்டேரைப் பற்றி இருக்கும். சார்லஸ் டார்வின் பற்றி இருக்கும். நவீன அறிவியலைப் பற்றி இருக்கும். டார்வி னுடைய Evoluvation of theory உயிரினங்களின் பரிணாம வளர்ச்சி பற்றிய கோட்பாடு அறிமுகம் செய்யப்பட்டிருக்கும்.

பெரியாரின் நவீனப் பகுத்தறிவு மரபு எனப் பார்த்தோமேயானால் நான் முன்னதாகவே கூறியதுபோல் தனது முன்னோடிகளான சுயாக்கியான சங்கத்தார், மேற்கு நாட்டுப் பகுத்தறிவாளர்கள் ஆகியோரை அப்படியே ஏற்றுக்கொள்ளவில்லை. அவர் சித்தர்களைக்கூட எடுத்துக்கொள்ளவில்லை. 1929ஆம் ஆண்டு வரைக்கும் வள்ளலாரின் கருத்துகளை எடுத்துச் சொல் கிறார். வள்ளலாரின் கருத்தையும் காந்தியின் அகிம்சையையும் இணைத் துத்தான் பெரியார் போதித்தார். அதற்குப் பிறகு காந்தியை எப்போது எதிர்க்கத் தொடங்கினாரோ, காந்தியின் வர்ணாசிரமக் கொள்கையை எதிர்க்க ஆரம்பித்தாரோ அப்போதிருந்தே இராமலிங்கரின் கொள்கை களையும் விட்டுவிட்டார். ஏனென்றால் தமிழ்மக்கள் 'ஜாதியால் ஒடுக்கப்படக்கூடிய மக்கள்' விடுதலை பெறவேண்டும் என்று சொன்னால் காந்தியையும் காந்தியத்தையும் எதிர்த்தே தீரவேண்டும் என்கின்ற முடிவிற்குப் பெரியார் வருகிறார்.

இவ்வாறு நவீனப் பகுத்தறிவு மரபு ஆகட்டும், வரலாறு ஆகட்டும், அவற்றையெல்லாம் நம் நாட்டுச் சூழலுக்குப் பொருந்தும் வகையில் உள்வாங்கிக் கொள்வதுதான் பெரியாரின் பகுத்தறிவு மரபு.

பெரியாரின் பார்வையில் புத்தம்

புத்தம் என்றால் அது மதம் என்றே மக்களுக்குத் தவறாக உணர்த்தப் பட்டிருக்கின்றது. அது மதம் என்றே பெரியாரிடம் பலர் வாதாடியுள்ளனர். புத்தரின் இயற்பெயர் புத்தர் அல்ல. அவரின் பெயர் சித்தார்த்தன் என்பதே. புத்தியைப் பயன்படுத்துபவர் என்ற பொருளில்தான் புத்தர் என்று அவர் அழைக்கப்பட்டார். அகராதியில் இதே பொருள்தான் உள்ளது. புத்தன் என்றால் அறிவினைப் பயன்படுத்தி அதன்படி ஒழுகுபவன். எவர் எவர் அறிவைக் கொண்டு சிந்தித்துக் காரியம் ஆற்றுகின்றார்களோ அவர்கள் எல்லாம் புத்தர்கள்தாம். புத்தம் என்பது ஒரு மதமல்ல; அது ஒரு கொள்கை.

புத்தர் என்றால் நாத்திகர் என்று இந்த நாட்டில் அறிமுகம் செய்யப் பட்டுள்ளது. சாஸ்திரங்களிலும் - புத்தியை ஆதாரமாகக் கொண்டு காரியம் ஆற்றுபவர்கள் எல்லாம் நாத்திகர்கள் என்று கூறப்பட்டு உள்ளது. கடவுளை, மதத்தை ஒத்துக் கொண்டவன்தான் ஆத்திகன் ஆவான். கடவுளையோ, மதத்தையோ ஒத்துக்கொள்ளாமல் அதனை அறிவைக் கொண்டு அலசிப் பார்ப்பவர்கள் எல்லாம் நாத்திகர் என்றே அழைக்கப் பட்டுள்ளனர். இராமாயணத்திலேயே புத்தர்கள் நாத்திகர்கள், அறிவு வாதம் பண்ணுபவர்கள் என்று கண்டிக்கப்பட்டு இருக்கிறது. எவன் ஒருவன் அறிவைக் கொண்டு முன்னோர்களின் நடப்புகளையோ - கடவுள், மதம் இவைகளைப் பற்றியோ அறிவு வாதம் பண்ணுகிறானோ அவன் நாத்திகன் என்று குறிப்பிடப்பட்டுள்ளது.

அறிவு கொண்டு நடப்பதற்குப் பெயர்தான் புத்தம். ‘புத்தம் சரணம் கச்சாமி’ என்பது - அறிவைக் கொண்டு சிந்திக்கவேண்டும்; அறிவுக்கு

மரியாதை செலுத்தவேண்டும் என்பதுதான். அப்படியல்லாமல் புத்தனைக் கடவுளாக எண்ணி வழிபாடு செய்யக்கூடாது. அறிவுப்பாதையில் ஈடுபட்டுப் பலதடவைகள் வழுக்கி விழுந்தாலும் பரவாயில்லை. காலம் எல்லாம் மடையனாக இருந்து சாவதைவிடச் சில தடவைகள் அறிவைக் கொண்டு சிந்தித்துக் காரியம் ஆற்றுவதில் இரண்டொன்று தவறினாலும் பரவாயில்லை. குழந்தை தத்தித் தத்தி நடக்க எத்தனிக்கும்போது, கீழே சில தடவைகள் பொத்துப் பொத்தென்று விழுந்தாலும் பிறகு எப்படி எளிதாக நடக்கின்றதோ அதுபோலவேதான், அறிவைக் கொண்டு சிந்திப் பதற்குத் தயங்கக்கூடாது. ‘சங்கம் தம்மம் கச்சாமி’ என்பதும், ‘தாம் கைக் கொண்டிருக்கும் அமைப்பிற்கு நன்றியும் உண்மையும் உடையவர்களாய் இருந்து பாட வேண்டும்’ என்பதாகும். புத்தத் தர்மம் என்றால், புத்தி தர்மம் என்பதாகும்; அதுதான் மனிதத் தர்மமும் ஆகும்.

இந்தப் புத்தி தர்மத்தை - மனிதத் தர்மத்தை எடுத்துக்கூறிப் பாடு பட்ட புத்தர்கள் எல்லாம் கழுவேற்றப்பட்டும், உடைமைகள் எல்லாம் சூறையாடப்பட்டும் இருக்கின்றனர். புத்த மடாலயங்கள் எல்லாம் இடிக்கப்பட்டும் தீ வைக்கப்பட்டும் இந்துக் கோவிலாக மாற்றப்பட்டும் கொடுமை இழைக்கப்பட்டும் இருக்கின்றன. புத்தர் தோன்றிய காலம் பார்ப்பானுடைய ஆதிக்கமும் வைதிக மதமும் தலை கொழுத்துத் திரிந்த காலம். அந்தக் காலத்தில் புத்தர் தோன்றினார். அவர் கண்ணுக்கு ஒவ்வொரு பார்ப்பனரின் செய்கைகள், கோட்பாடுகள் எல்லாம் தவறாகப்பட்டிருகின்றன. இதனை எல்லாம் மாற்றவே புத்தர் பாடுபட்டு இருக்கின்றார்.

நமது நாட்டில் பார்ப்பனர்களால் புத்தருடைய கொள்கைக்கு எவ்வளவு எதிர்ப்பு அந்தக் காலத்தில் இருந்திருக்கின்றது என்பதை, புத்தக் கருத்தாளர்கள் இந்துமதக்காரர்களால் கழுவேற்றப்பட்டிருக்கின்றார்கள்; செக்கிலிட்டு அரைக்கப்பட்டும், நெருப்பில் தூக்கியெறிப்பட்டும் கொல்லப்பட்டிருக்கிறார்கள் என்பதை வைத்தும் அறியலாம். காஞ்சிபுரம் போன்ற கோயில்களில் எல்லாம் புத்தர்களைக் கொடுமைப்படுத்துவது போன்ற சிற்பங்களை நாம் இன்றுகூடக் காணலாம். மதுரையில் மட்டும் 8000 சமணர்களைத் துடிக்கத் துடிக்கக் கழுவில் ஏற்றி, கழுமுனை மண்டை யில் வந்து எட்டிப் பார்க்கும்படி செய்து இருக்கின்றனர். மதுரையில் சமணர்களைக் கழுவேற்றும் விழா வருடந்தோறும் நடந்துகொண்டுதான் இருந்திருக்கிறது.

இமயமலைச் சாரலில் தோன்றிய புத்தருடைய கொள்கை தென் கோடியிலுள்ள கன்னியாகுமரி வரையில் அந்தக் காலத்தில் பரவி இருந் திருக்கின்றது. தஞ்சை போன்ற மாவட்டங்களில் தெருவில் சிறுகுழி

வெட்டினால்கூடப் புத்த விக்கிரகங்கள் ஏராளமாக அகப்படுகின்றன. இப்படிப்பட்ட செய்திகளை நாம் தினம் பத்திரிக்கைகளில் காண்கிறோம்.

முட்டாள்தனமான அரசர்களும் இந்து மதத்தைச் சேர்ந்த ஆழ்வார்களும், நாயன்மார்களும் புத்த மடங்களையும் கோயில்களையும் இடித்துச் சூறையாடி இருக்கின்றனர். தங்கம், வைரம் இவற்றால் ஆன புத்த விக்கிரகங்களை எல்லாம் திருடிக்கொண்டுபோய், தங்கள் மதக்கோயில்களை எல்லாம் புதுப்பித்து இருக்கின்றனர். திருமங்கை ஆழ்வார் என்பவன் நாகப்பட்டினத்தில் இருந்த தங்கப் புத்த விக்கிரகத்தைத் திருடிக் கொண்டுபோய், சீரங்கம் கோயிலுக்குத் திருப்பணிகள் செய்திருக்கின்றான். மற்றும் தஞ்சை, திருச்சி, திருநெல்வேலி போன்ற மாவட்டங்களில் முன்பு புத்தக் கோயில்களாக இருந்த பலவற்றை இந்துக்கோயில்களாக மாற்றியிருக்கின்றனர்.

(ஒருங்கிணைந்த) தஞ்சை மாவட்டத்தில் மட்டும் அடிக்கொரு கோயில் காணப்படுகின்றது. இந்து மதம் என்று கூறப்படுபவற்றினைச் சார்ந்த கீர்த்திபெற்ற கோயில்களில் முக்கால் பாகத்திற்கு மேல் தஞ்சை மாவட்டத்திலும், திருச்சி மாவட்டத்திலும் மட்டும் உள்ளன. ஆழ்வார்களாலும், நயன்மார்களாலும் பாடப்பெற்ற கோயில்களில் பெரும்பகுதிக்கு மேல் தஞ்சை மாவட்டத்திலுமே உள்ளன. இவைகளுக்கு அந்தக் காலத்து முட்டாள் அரசர்களான சேர, சோழ, பாண்டிய மன்னர்கள் நிறைய நிலங்களை மானியமாக விட்டிருக்கின்றார்கள்.

இப்படியெல்லாம் எப்படியோ புத்த மார்க்கத்தை நாட்டிலிருந்தே ஒழித்துவிட்டார்கள். இந்தக் கொள்கை இப்போது இந்த நாட்டில் மிகமிக அரிதாக ஆகிவிட்டது. ஏன், புத்தநெறி இந்த நாட்டைவிட்டே வெளிநாடுகளுக்கு விரட்டி அடிக்கப்பட்டு விட்டது. இந்தியாவில் புத்த மார்க்கத்திற்கு ஒத்துழைப்பு இல்லாமல் போய்விட்டதேயொழிய வெளிநாடுகளில் அதற்கு நல்ல ஒத்துழைப்பு ஏற்பட்டுவிட்டது. சீனா, ஜப்பான், திபெத், சயாம், பர்மா, இலங்கை போன்ற நாடுகளில் நல்ல முறையில் வளர்ந்து வருகிறது. வெள்ளைக்காரனை - கிறித்துவினது கொள்கை காட்டுமிராண்டித் தன்மையில் இருந்து நீக்கிச் சாதி அற்றவனாகச் செய்தது. அந்தக் கிறிஸ்துவுங்கூடப் புத்தரின் கொள்கையினையே சுருக்கிக்கூறி இருக்கின்றார் என்றுதான் கூறவேண்டும். எப்படி என்றால், புத்தரால் கூறப்பட்ட பத்துக் கோட்பாடுகளையே கிறித்து, பத்துக் கட்டளைகளாகச் சுருக்கிக் கூறியிருக்கின்றார். முகமதுநபி கூட ஏறத்தாழ அப்படித்தான் செய்துள்ளார். ஆகவே, எல்லா மதத்தினர்களும் புத்தக் கொள்கையினை அடிப்படையாகக் கொண்டே தங்கள் கோட்பாடுகளை வளர்க்க முயன்றிருக்கின்றனர்.

புத்தரை அடுத்தே கிறிஸ்துவும் முகமது நபியும் தோன்றினார்கள். புத்தர் தன்னை மனிதர் என்றே கூறிக்கொண்டார். ஏசு தன்னைக் கர்த்தரின் தூதுவன் என்று கூறிக்கொண்டார். முகமது நபியும் தன்னை ஆண்டவனால் அனுப்பப்பட்ட தூதன் என்று கூறிக்கொண்டார். அப்படிக் கூறிக்கொண்டதால்தான் எளிய மக்கள் அவர்களை நம்பினார்கள். தன்னை, இப்படி மனிதன் என்று கூறிக்கொண்டு - மனிதச் சமுதாயத்திற்கு வேண்டிய பகுத்தறிவுக் கருத்துகளைக் கூறிய புத்த தர்மத்தை ஏற்றுக்கொள்ளாத காரணத்தால்தான், நாம் இன்று கடுகளவுகூட மான உணர்ச்சி அற்றவர்களாக, முட்டாள்களாக இருக்கிறோம். முட்டாள்தனம் என்றாலேயே எளிதில் தீப்பிடித்துக் கொள்ளும் பொருள் என்று சொல்லலாம். அறிவு என்றால் சீக்கிரத்தில் நெருப்பு பிடிக்கமுடியாத பொருள் என்று பொருள்.

(தந்தை பெரியார் கோலார் தங்கவயலில் 29.4.1961 அன்றும், இடைப்பாடியில் 4.5.1961 அன்றும் ஆற்றிய சொற்பொழிவுகளிலிருந்து மேற்கண்ட கட்டுரை ஆக்கம் செய்யப்பட்டுள்ளது)

பெரியார் மீதான கீழ்வெண்மணி அவதூறுகளுக்கு மறுப்புகள்

தந்தை பெரியார் மறைந்து 47 ஆண்டுகள் கடந்த நிலையிலும், அவர் மீதான அவதூறுகள் இன்றளவிலும் தொடர்ந்து கொண்டே இருக்கின்றன. பரப்பப்படும் அவதூறுகளுக்குத் திராவிடர் கழகம் முறையான மறுப்பை விடுதலை நாளிதழில் வெளியிட்டாலும், அவதூறு பரப்புவோர் அந்த மறுப்புகளைப் படிக்காமல், தொடர்ந்து அவதூறைப் பரப்பிக் கொண்டே இருக்கிறார்கள். 1970களில் நான் உயர்நிலைப் பள்ளியில் படித்துக் கொண்டிருந்தபோது, என்னோடு படிக்கும் சக மாணவர்களில் சிலர் பெரியாரைப்பற்றி அவர்களுக்குச் சொல்லப்பட்ட அவதூறுகளின் அடிப்படையில் என்னோடு உரையாடுவார்கள்.

“பெரியார் வீட்டின் பின்புறத்தில் சின்னதாக ஒரு பிள்ளையார் கோவில் இருக்கின்றது. யாருக்கும் தெரியாமல் பெரியார் காலையில் 4.30 மணிக்கு எழுந்து, குளித்து முடித்து, நெற்றியிலும் கையிலும், வயிற்றிலும் விபூதி பூசிக்கொண்டு, மணியடித்து பூக்களைத் தூவி பிள்ளையாருக்கு பூசை செய்வார். வீட்டில் சாமி கும்பிட்டுக் கொண்டு, வெளியில் கடவுள் இல்லை என்று சொல்வதுதான் பெரியாரின் யோக்கிதையா?” என்று கேள்வி கேட்பார்கள்.

நான் சிரித்துக் கொண்டே, முதலில் ஈரோட்டில் உள்ள பெரியார் வீட்டிற்குச் சென்று வீட்டின் பின்புறம் பிள்ளையார் கோவில் இருக்கிறதா என்று பார். அப்புறம் காலையில் பெரியார் 4.30 மணிக்கு எழுந்து குளிப்பார் என்பது பொய். பெரியாருக்குக் குளிப்பது என்பது அறவே பிடிக்காத செயல். பெரியார் யாருக்கும் தெரியாமல் பிள்ளையாரை வணங்குவது உனக்கு எப்படித் தெரிந்தது?" என்று எதிர்க்கேள்விகளை முன்வைப்பேன். கேள்விகளை முன்வைத்த சகமாணவர்கள், எங்க அப்பா சொன்னார், எங்க மாமா சொன்னார் என்று நழுவி விடுவார்கள்.

மிக அண்மையில் பாஜக மகளிர் அணியைச் சார்ந்தவர், "ஒரு குறிப்பிட்ட சாதிப் பெண்கள் சட்டை அணிவதாலும் சேலை அணிவதாலும் துணிகளின் விலை உயர்ந்துவிட்டது" என்று சொல்லி பெரியார் குறிப்பிட்ட சாதிப் பெண்களை இழிவுபடுத்தினார் என்று ஒரு இதழைக் கையில் வைத்துக் கொண்டு தொலைக்காட்சியில் உரையாற்றினார். பெரியார் பேசிய பேச்சை வெட்டியும் திருத்தியும் ஒருவர் அவதூறாய் செய்திகளை வெளியிட அவை அச்சில் வெளிவருவதால் ஆவணமாகி விடுகின்றன. அவதூறுகள் தொடர்ந்து பரப்பப்படும்போது அவை உண்மையோ என்று நினைக்கத் தோன்றுகின்ற அவலமும் நடைபெறும்.

தற்போதைய நாகை மாவட்டத்தில் (ஒருங்கிணைந்த தஞ்சை மாவட்டம்) உள்ள கீழ்வெண்மணி என்னும் கிராமத்தில் கூலி உயர்வு கேட்டு விவசாய தொழிலாளர்கள் போராட்டம் நடத்தினார்கள். அந்தப் போராட்டத்தில் ஈடுபட்ட தாழ்த்தப்பட்ட விவசாயத் தொழிலாளர்கள் 44 பேர் ஒரு குடிசையில் வைத்து தீ வைத்துக் கொளுத்தப்பட்டனர். இந்தச் செயலுக்கு அடிப்படைக் காரணமாக இருந்தவர் பண்ணையாளர் கோபாலகிருஷ்ண நாயுடு என்பவர். இந்தப் போராட்டத்தில் தந்தை பெரியார் பண்ணையாருக்கு ஆதரவாக இருந்தார். தீ வைத்துக் கொல்லப் பட்ட தாழ்த்தப்பட்ட மக்களுக்கு, தந்தை பெரியார் ஆதரவாக இல்லை என்ற அவதூறை 90களில் தலித் இயக்கங்களும் முன்வைத்தன.

திராவிடர் கழகத்தின் சார்பில் ஆசிரியர் கி.வீரமணி 'விடுதலை' நாளிதழில் பல்வேறு ஆதாரப்பூர்வமான மறுப்பை வெளியிட்ட நிலையில், இப்போதும் சிலர் பெரியாரைக் குறை சொல்லவேண்டும் என்ற நோக்கில் அவதூறு பரப்பி வருகிறார்கள். இதற்குப் பதில் அளிக்கும் விதத்தில் தமிழ்த் தேசிய விடுதலை இயக்கத்தின் தலைவர் தோழர் தியாகு அவர்கள் முகநூலில் பதிவென்றை வெளியிட்டிருந்தார். அதன் விவரங்கள்:

கீழ்வெண்மணியில் "திராவிட விவசாயத் தொழிற்சங்கம்" என்ற அமைப்பு திராவிடர் கழகத் தோழர்களால் நடத்தப்பட்டு வந்தது. சாணிப்

பால், சவுக்கால் அடித்தது போன்ற வன்கொடுமைகளை திராவிடர் கழகம் எதிர்த்தது. கம்யூனிஸ்ட்டுகளும் எதிர்த்தனர். கூலி, குத்தகை, அவர்களின் வாழ்க்கைத் தரம், அவர்களுக்கு கல்வி போதிப்பது என அனைத்துக் களங்களிலும் திராவிடர் விவசாய தொழிலாளர் சங்கம் இயங்கியது. அவர்களுக்கானக் கொள்கைகளை விளக்கி, விடுதலை சார்பாக சிறிய புத்தகமும் வெளியிடப்பட்டது.

கம்யூனிஸ்ட் கட்சியால் சாதிக்க முடியாததை, அவர்கள் இவ்வளவு காலம் போராடியும் செய்ய முடியாததை, இராஜாஜி ஆட்சிக் காலத்தில் பெரியார் செய்தார். அது 'தஞ்சை ஜில்லா பண்ணையாள் (கூலித் தொழிலாளர்கள்) பாதுகாப்புச் சட்டம்'. அன்று பண்ணையாளுக்கு எந்தப் பாதுகாப்பும் கிடையாது. ஒரு நாள் காலையில் வேலைக்குப் போனால் மறுநாள் வேலைக்கு வேண்டாம் என்று சொல்லி விடுவார்கள். வேலைக்கு எந்த உத்திரவாதமும் கிடையாது. அப்படி வேலை திடீரென மறுக்கப் பட்டால் இழப்பீடு கொடுக்க வேண்டும் என்று அந்தச் சட்டம் உறுதி செய்தது. அது ஒரு பெரிய பாதுகாப்பாக பண்ணையாளுக்கு வந்தது. பெரியாரின் கோரிக்கையால், திராவிட விவசாயத் தொழிலாளர் சங்கத்தின் போராட்டத்தால் இந்தச் சட்டம் கிடைத்தது.

திசம்பர் 25, 1968 இரவு கீழ்வெண்மணியில் விவசாயத் தொழிலாளர்கள் கூலி உயர்வு கேட்டு (ஒருபடி நெல்) கலவரம் நடந்தது. 44 பேர் உயிரோடு கொளுத்தப்பட்டனர். அப்போது பெரியார் உடல் நலம் மோசமாகி, சென்னை பெரிய மருத்துவமனையில் சிகிச்சை பெற்றுவந்தார் என்பது டிசம்பர் 27, 29 தேதிகளிட்ட விடுதலை நாளேட்டின் பக்கங்களில் ஆசிரியர் கி. வீரமணி எழுதிய குறிப்புகளின் வழியாக அறியப்படுகிறது. எனவே உடனடியாக பெரியார் எந்த அறிக்கையும் கொடுக்கவில்லை. ஆனால் பிறகு கீழ்வெண்மணியைத் தடுப்பது எப்படி? என்றத் தலைப்பில் இரண்டு அறிக்கைகளை எழுதினார். **12.1.1969** அன்று தற்போதைய மயிலாடுதுறை மாவட்டத்தில் உள்ள செம்பனார் கோவிலில் நடந்த கூட்டத்தில் கீழ்வெண்மணி கலவரம் பற்றிப் பேசினார்.

பொதுவாக கூலி உயர்வுப் போராட்டங்களை பெரியார் ஆதரிக்க வில்லை. தொழிலாளர்கள் பங்குதாரர்கள் ஆவதுதான் முக்கியம் என்பதே பெரியாரின் நிலைப்பாடு. எந்தக் காரணத்தை முன்னிட்டாவது பாடுபடும் மக்கள் நிலை தாழ்ந்திருக்கவும் பாடுபடாத மக்கள் நிலை உயர்ந்திருக்கவும், ஆதிக்கம் செலுத்தவும் கூடாது என்பதுதான் தொழிலாளர்கள் கிளர்ச்சியின் முக்கியத்துவமாய் இருக்கவேண்டும். அப்படியில்லாமல், ஏதோ 2 அணா 4 அணா கூலி உயர்த்தப்படுவதற்காகப் போராடுவதென்பது பயனற்றதே யாகும். ஏனெனில் நமது கிளர்ச்சியில் 2 அணா கூலி உயர்த்தித் தருவானே

யானால், தொழிலாளிகளால் செய்யப்படும் சாமான்களின் பேரில் முதலாளிகள் ஒன்று சேர்ந்து நாலணா விலை அதிகப்படுத்தி விடுவார்கள்.

அந்த உயர்ந்த விலையைக் கொடுத்துச் சாமான் வாங்க வேண்டியவர்கள் தொழிலாளிகளேயாவார்கள். ஆகவே, முதலாளிகள் தொழிலாளிகளுக்கு வலது கையில் கூலி அதிகம் கொடுத்து, இடது கையில் அதைத் தட்டிப் பிடுங்கிக் கொள்வார்கள். முதலாளிகளுடன் கூலித் தகராறு என்பது முதலாளிகளுக்கும் தொழிலாளிகளுக்கும் இடையில் உள்ள புல்லுருவிக் கூட்டமான தரகர்களுடைய சூழ்ச்சியாகும் (குடிஅரசு 01.10.1933).

நிலங்கள் அனைவருக்கும் பிரித்தளிக்கப்பட வேண்டும்; விவசாயத்தில் ஈடுபட்ட கூலியாட்களுக்குக் கூலி தவிர விவசாயத்தில் ஒரு பங்கு இருக்கும்படிச் செய்ய வேண்டும் (பகுத்தறிவு - 2.12.1934). முதலாளிக்கு ஏற்படும் இலாபத்தில் தொழிலாளர்களுக்குப் பங்கும் நிர்வாகத்தில் உரிமையும் வேண்டும் (1944-ஆம் ஆண்டு சேலம் மாநாட்டுத் தீர்மானம்).

இந்த அடிப்படையிலேதான் போராட்டத்தை முன்னிருந்து நடத்திய கம்யூனிஸ்ட் கட்சியை விமர்சித்தார். இருந்தாலும் திராவிடர் கழகத்தினரும், கம்யூனிஸ்ட் கட்சியினரும் கீழ்வெண்மணி மக்களுடன் தொடர்ந்து இயங்கி வந்தனர். இது தொடர்பான சட்ட நடவடிக்கைக்குப் போராடி வந்தனர்.

கலவரத்தைப்பற்றி விசாரிக்க, தனி நபர் கமிஷன் போட்டிருந்தார் அன்றைய முதல்வர் அண்ணா. அதற்கு கணபதியா பிள்ளை கமிஷன் என்று பெயர். திராவிட விவசாய தொழிலாளர் சங்கம் சார்பில் நிறைய தோழர்கள் சாட்சியம் சொன்னார்கள். கீழ்வெண்மணியைச் சார்ந்த முனியன் என்பவர் கீவளூர் காவல்நிலையத்தில் அளித்த புகாரின் அடிப்படையில் குற்ற எண் 327/68-ன் கீழ் முதல் தகவல் அறிக்கை பதிவு செய்யப்பட்டது. இச்சம்பவம் தொடர்பாக கோபாலகிருஷ்ண நாயுடு உட்பட 106-பேரை காவல்துறை கைது செய்தது.

கைதானவர்களில் அதிகம் பேர் காங்கிரஸ் கட்சியைச் சேர்ந்தவர்கள். முக்கியக் குற்றவாளியான கோபாலகிருஷ்ண நாயுடுவுக்கு 1970-இல் நாகப்பட்டினம் அமர்வு நீதிபதி குப்பண்ணா 10-ஆண்டுகள் கடுங்காவல் சிறை தண்டனை விதித்தார். இத்தீர்ப்புக்கு எதிராக கோபாலகிருஷ்ண நாயுடு சென்னை உயர்நீதிமன்றத்தில், ‘தான் நிரபராதி’ என்று மேல் முறையீடு செய்தார். 4-வருடங்கள் 3-மாதங்களாக விசாரணையில் இருந்த வழக்குக்கு 1975-ஏப்ரல் 6-ஆம் தேதி தீர்ப்பு சொல்லப்பட்டது. சென்னை உயர்நீதிமன்ற நீதிபதியாக இருந்த மகராஜன் கோபாலகிருஷ்ண நாயுடு மீது எந்தக் குற்றமும் நிரூபிக்கப்படவில்லை என்று கூறி விடுதலை

செய்வதாக தீர்ப்பளித்தார்.

கவனிக்க: பெரியார் 1973 டிசம்பரில் இறந்துவிட்டார். அவருக்கு கோபாலகிருஷ்ண நாயுடு கீழ் நீதி மன்றத்தில் தண்டனை பெற்றதும், மேல் முறையீடு செய்ததும், ஜாமீனில் வெளி வந்ததும் மட்டுமே தெரியும். மேல் முறையீட்டு விடுதலை அவரின் மறைவுக்குப் பின். எனவே கோபால கிருஷ்ண நாயுடுவுக்கு அவர் ஆதரவளித்ததாகச் சொல்வது எங்குமே பொருந்தாது.

இன்னொரு முக்கிய விசயம், ஜாமீனில் வெளிவந்த கோபால கிருஷ்ணன் கீவளூர் வந்திருந்த பெரியாரைச் சந்திக்க முயன்றபோது பெரியார் “என்கிட்ட என்ன சொல்ல நினைக்கிறாரோ, அத கோர்ட்ல சொல்லச் சொல்லு. அவரையெல்லாம் பார்க்கவே பிடிக்கலை. அவரைக் கண்ணாலே பார்க்க விருப்பமில்லை. போ... போ... போகச் சொல்லு” எனக் கூறி சந்திக்க மறுத்துவிட்டார். இதை கணபதியா கமிசனில் சாட்சியம் அளித்த நாகை எஸ்.எஸ்.பாட்சா பதிவு செய்துள்ளார்.

கோபாலகிருஷ்ண நாயுடு விடுதலை ஆன சில ஆண்டுகளுக்குப் பிறகு, வெண்மணி தியாகிகள் நினைவிடத்திற்கு அருகில் வெட்டிக் கொல்லப் பட்டார். அந்தக் கொலைத் தொடர்பாக காவல்துறை 12 பேரைக் கைது செய்தது. அதில் 9 பேர் திராவிடர் கழகத்தைச் சேர்ந்தவர்கள். அதில் கைதான காவலாக்குடி மதி என்பவர் இன்னும் உயிரோடு இருக்கிறார். குடந்தை ஆ.பி.எஸ். ஸ்டாலின் அவர்களின் சீரிய முயற்சியால்தான் வழக்கில் கைது செய்யப்பட்ட திராவிடர் கழக இளைஞர்களுக்காக நாகப்பட்டிணம் நீதிமன்றத்திலும், சென்னை உயர் நீதிமன்றத்திலும் வழக்குகளை நடத்தி அவர்கள் அனைவரும் விடுவிக்கப்பட்டனர். ஆக, கலவரத்திற்கு முன்பும், பின்பும் திராவிடர் கழகமும், பெரியாரும் ஒரு போதும் ஆதிக்கச் சாதியினர்க்கு ஆதரவாக இல்லை!

(நன்றி: சிந்தனையாளன், சனவரி 2021)

தமிழ்நாட்டில் பெரியார் என்றவுடன் பெரியாரின் கருத்தியலோடு முரண்படுகின்றவர்கள், 'பெரியார் தமிழ் மொழியைக் காட்டுமிராண்டி மொழி என்று சொன்னார். பெரியார் கன்னடத்தைத் தாய்மொழியாகக் கொண்டவர். அவர் எப்படி எங்கள் தாய்மொழியாம் தமிழ் மொழியைப் பழித்துரைக்கலாம்?' என்று இடியாய் முழங்குவார்கள். பெரியார் இராமாயணத்தைக் கொளுத்தவேண்டும் என்றார். கம்பரின் தமிழ்க் கவிநயத்தை அறியாத காரணத்தால் அப்படிச் சொன்னார். பெரியார் தமிழ்நாட்டில் பிறந்திருந்தாலும், அடிப்படையில் தமிழ் உணர்வு இல்லாதவராகவே இருந்தார். அதனால் பெரியாரைத் தலைவராக ஏற்றுக் கொள்ளமுடியாது என்றெல்லாம் பல தளங்களிலிருந்து எழுவதை இப்போதும் காணலாம்.

பெரியாரின் தமிழ் மொழி உணர்வு என்பது 'அறிவியல் சார்ந்தது. காலத்திற்கேற்ற புதுமையைக் கொண்டிருக்க வேண்டும், தொழில்நுட்பக் கலைச்சொற்கள் தமிழில் உருவாக்கப்பட வேண்டும், தமிழ் ஆங்கிலத்திற்கு நிகராக வளரவேண்டும்' என்ற அடிப்படையை நோக்கமாகக் கொண்டது என்பதைப் பெரியாரை விமர்சனம் செய்வோர் அறிந்திருந்தாலும் அவரைத் தொடர்ந்து விமர்சனங்கள் செய்து, ஊடகங்களில் புகழ்பெற்று வருகிறார்கள். நூல்கள் எழுதியும், இதழ்களை அச்சடித்தும் தங்களின் விற்பனையைப் பெருக்கிக் கொள்கிறார்கள்.

அரசியல் களத்தில் நாம் தமிழர் கட்சியும், சமூகத் தளத்தில் தமிழ்த்தேசியப் பேரியக்கமும்

தந்தை பெரியாரின் தமிழ் உணர்வு

பெரியாரைக் கடுமையாக விமர்சனம் செய்து வருகின்றன. அதில் மிகவும் முக்கியமானது பெரியார் தமிழுக்கு எதிரானவர். ஆங்கிலத்திற்கு ஆதரவாளர் என்பதுதான் விமர்சகர்கள் வைக்கும் குற்றச்சாட்டு. பெரியார் தமிழ் மொழியைக் 'காட்டுமிராண்டி மொழி' என்று சொன்னது "பூனை தன் வாயால் குட்டியைக் கவ்வுவதற்கும், இரையைக் கவ்வுவதற்கும் உள்ளது வேறுபாட்டை மையமாகக் கொண்டது என்று பெரியாரியச் சிந்தனையாளர்கள் எவ்வளவோ மறுப்புரைகளை எழுதிக் கொண்டும் பேசிக் கொண்டும் இருக்கிறார்கள். ஆனால் பெரியாரை விமர்சனம் செய்வோர் 'ஓயாத அலையாக' மறுப்புரைகளுக்குப் பதில் சொல்லாமல் தொடர்ந்து விமர்சனம் செய்து வருகிறார்கள்.

இந்நிலையில், தமிழ் மொழியின் வாழ்வைத் தன் வாழ்வாகக் கொண்டு உயிர் நீங்கும் வரை வாழ்ந்தவர் சான்றோர் பாவலரேறு பெருஞ்சித்திரனார். அவர் ஒரு காலகட்டத்தில் திராவிடர் கழகத்தின் மாநாடுகளில் கலந்து கொண்டு, பெரியாரோடு இணைந்து சமூகப் பணியாற்றினார். பெரியாரின் தமிழ் உணர்வு குறித்துப் பேசியும் எழுதியும் வந்துள்ளார். அவர், 1982இல் தென்மொழியில் எழுதிய கட்டுரையின் சில பகுதிகளைத் தொகுத்துத் தந்துள்ளேன். அதன் வழியாகப் பெரியாரின் தமிழ் மொழி குறித்த பார்வையை நாம் எளிதில் விளங்கிக் கொள்ளமுடியும். அது மட்டுமல்ல, பெரியாரைத் தொடர்ந்து எதிர்ப்போருக்குப் பதில் சொல்லவும் முடியும்.

"தமிழ்மொழியையும் தந்தை பெரியார் அறிவியல் கண்ணோட்டத் துடன்தான் அணுகினார். அது ஒரு பழைமையான மொழி என்பதற்காகவோ, சிறந்த இலக்கண, இலக்கியச்செழுமை வாய்ந்தது என்பதற்காகவோ, அவர் அதைப் பாராட்டவில்லை. அதில் உள்ள பாட்டு இலக்கியங்களையும், கதை இலக்கியங்களையும், வேறு சில கூறுகளையும் மக்கள் மனநலன், அறிவுநலன் இவற்றுக்குப்பயன் தரும்வகையில் ஆராய்ந்தார். அவற்றிலுள்ள மூடநம்பிக்கைகளையும் மக்களுக்குதவாத பழைமைக் கருத்துகளையும் அவர் ஏற்றுக்கொள்ள மறுத்தார். அவற்றைக் கடுமையாகச் சாடினார். பொதுவாக மக்கள் வாழ்க்கைக்குப் பயன்தராத எந்த மொழிக்கூறையும் அவர் ஒப்புக்கொள்ளவில்லை.

மேலும் அக்காலத்தில், தமிழ்மொழி புலவர்கள் பாங்கிலேயே அடைபட்டுக் கிடந்து, பொதுமக்கள் நிலைக்கு எளிமையாகப் பயன்படுத்த முடியாமல் இருப்பதை எண்ணி அவர் வருந்தினார். அதை அறிவியல் சிந்தனையுடன் முன்னேறுவதற்கு வாய்ப்பில்லாமல் சிறைப்படுத்தி வைத்திருந்த, பழைமையை விரும்பும் புலவர்களைக் கண்டித்தார். அவர்களுக்கு உணர்வில் உறைக்கும்படியாகத் தமிழ்மொழியை ஒரு காட்டுமிராண்டி மொழி என்றும் கூறினார்.

பெரியார் தமிழ்மொழியைப் பற்றிக் கருத்துக் கூறும்பொழுதெல்லாம், அவர் அதைப்பற்றி ஏதும் தெரியாதவகையில் கருத்துக் கூறிவிடவில்லை. தமிழ்மொழியின் மிகப்பழைய இலக்கண நூலாகிய தொல்காப்பியம் முதல் திருக்குறள், கம்பராமாயணம், வில்லிபாரதம், திருவிளையாடல் புராணம், பெரிய புராணம், கந்த புராணம், புறநானூறு, நாலடியார் முதலிய பாட்டு, கதை இலக்கியங்கள், அறநெறி நூல்கள் வரை அவர் ஓரளவு கற்றிருந்தார். திருக்குறளையும், கம்பராமாயணத்தையும் அவர் நன்கு ஆராய்ச்சி முறையில் அறிந்திருந்தார். கம்பராமாயணத்தை வடமொழி வால்மீகி இராமாயணம், துளசிதாசு இராமாயணம், பௌத்த இராமாயணம் முதலியவற்றுடன் ஒப்பிட்டு, ஆராய்ந்து படித்து, பல ஆராய்ச்சிக் கட்டுரைகளையே பெரியார் எழுதியிருக்கிறார்.

தமிழ்மொழியே திராவிட மொழிகளாக விளங்குகின்றது என்னும் கொள்கையுடையவர், பெரியார் அதைப்பற்றிக் கூறும்பொழுது, "என் சிற்றறிவிற்கு, என் பட்டறிவிற்கு, ஆராய்ச்சிக்கு எட்டிய வரையில், தமிழ், தெலுங்கு, கன்னடம், மலையாளம், ஆகிய நான்கும் தனித்தனி மொழிகளென்றோ அல்லது தமிழ் தவிர மற்ற மூன்றும் தமிழிலிருந்து பிரிந்த மொழிகளென்றோ தோன்றவில்லை. ஒரேமொழி அதாவது தமிழ்தான் நாலு இடங்களிலும் நாலுவகையாகப் பேசப்பட்டு வருகிறது என்றே நான் கருதுகிறேன்" என்று கருத்தறிவிக்கிறார்.

தமக்குள்ள தமிழ்ப்பற்றைப் பற்றி அவரே 1939ஆம் ஆண்டில் கோவை மாணவர் மன்றத்தில் பேசிய சொற்பொழிவில் கீழ்வருமாறு விளக்கியிருக் கிறார். "தாய்மொழி என்பதற்காகவோ, நாட்டுமொழி என்பதற்காகவோ எனக்குத் தமிழ்மொழியிடம் எவ்வகைப் பற்றும் இல்லை. அல்லது தனிமொழி என்பதற்காகவோ, மிகப்பழைய மொழி என்பதற்காகவோ எனக்கு அதில் பற்றில்லை. பொருளுக்காக என்று எனக்கு ஒன்றினிடத்திலும் பற்று கிடையாது. அது மூடப்பற்று. குணத்தினாலும் அக்குணத்தினால் ஏற்படும் நற்பயனுக்காகவுந்தான் நான் எதனிடத்திலும் பற்று வைக்கிறேன்.

என் தமிழ்ப்பற்றும் அதுபோல்தான். தமிழினிடத்தில் நான் அன்பு வைத்திருக்கின்றேன் என்றால், அதன் மூலம் நான் எதிர்பார்க்கும் நன்மையும், அது மறைய நேர்ந்தால் அதனால் இழப்பேற்படும் அளவையும் எண்ணி மதிப்பிட்டே நான் தமிழ்மொழியிடம் அன்பு செலுத்துகிறேன். தமிழ், இந்நாட்டு மக்களுக்கு எல்லாத்துறைக்கும் முன்னேற்றமளிக்கக் கூடியதும், உரிமையளிக்கக்கூடியதும், மானத்துடனும் பகுத்தறிவுடனும் வாழத்தக்க வாழ்க்கையளிக்கக் கூடியதும் ஆகும் என்பது எனது கருத்து. ஆனால் அப்படிப்பட்டவையெல்லாம் தமிழிலேயே இருக்கின்றனவா என்று சிலர் கேட்கலாம். எல்லாம் இல்லை என்றாலும் மற்ற பல இந்திய

மொழிகளைவிட அதிகமான முன்னேற்றத்தைத் தமிழ் மக்களுக்கு அளிக்கக் கூடிய கலைகள், பழக்கவழக்கங்கள் அதற்கேற்ற சொற்கள் தமிழில் இருக்கின்றன என அறிகிறேன். ஆதலால், தமிழுக்குக் கேடு உண்டாகும் என ஐயுறத்தக்க வேறு எந்த மொழியும் விரும்பத்தகாததேயாகும்" என்று குறிப்பிடுகின்றார்.

1924 டிசம்பரில் திருவண்ணாமலையில் நடந்த பேராயக்கட்சி மாநாட்டில், அவர் பின்வருமாறு பேசினார். "ஒரு நாட்டில் பிறந்த மக்களுக்கு வேண்டப்படும் பற்றுகளுக்குள் தலையாய பற்று மொழிப் பற்றேயாகும். மொழிப் பற்று இராதவரிடத்து நாட்டுப்பற்று இராதென்பது உறுதி. நாடு என்பது மொழியை அடிப்படையாகக் கொண்டியங்குவது. தமிழ்நாட்டில் பிறந்தவர்களுக்கு, தமிழர்களுக்கு தமிழ்ப்பற்று கட்டாயம் தேவை என்று சொல்கிறேன். வங்காளிக்கு வங்க மொழியில் பற்றுண்டு. மராட்டியனுக்கு மராட்டிய மொழியில் பற்றுண்டு. ஆந்திரனுக்கு ஆந்திர மொழியில் பற்றுண்டு.

ஆனால் தமிழனுக்குத் தமிழ்மொழியில் பற்றில்லை. இது பொய்யா? தமிழ்நாட்டில் தமிழ்ப்புலமை மிகுந்தவர்கள் எத்தனைப் பேர்? ஆங்கிலப் புலமையுடைய தமிழர்கள் எத்தனைப் பேர்? என்று கணக்கெடுத்தால் உண்மை விளங்கிப்போகும். தாய்மொழியில் பற்றுச் செலுத்தாதிருக்கும் வரை தமிழர்கள் முன்னேற்றமடைய மாட்டார்கள்". தந்தை பெரியாருடைய இந்தக்கருத்து எவ்வளவு ஆழமானது; அறிவு சான்றது என்று அனைவரும் எண்ணிப் பார்க்க வேண்டும்.

பெரியார் தமிழ்மொழியை மிகமிக எளிமையாகவும் இனிமையாகவும் பொதுமக்களிடம் கையாண்டார். அவர் நினைத்த கருத்தைப் பேசுவதற் கென்று அவர் கையாண்ட சொற்கள், படிக்காத மக்களுக்கும் நன்கு புரியக் கூடியவை. அவர் தமிழ்மொழியை மிக இயல்பான முறையில், இன்னும் சொன்னால் கொச்சையாகக்கூடக் கையாள்வார். ஆனால் அதில் இனிமை இருக்கும். சுவையிருக்கும். கேட்போரை ஈர்க்கக்கூடிய கவர்ச்சியிருக்கும். இத்தகைய கருத்துகள் எவ்வளவு துல்லியமானவை! துணிவு உடையவை! பெரியாரின் மொழித்துறை ஈடுபாட்டுக்கும் தமிழ்மொழி பற்றி அவர் கொண்ட தெளிவுக்கும், அவர் சிறந்த தமிழ்ப் பேரறிஞர்கள்பால் கொண்ட தொடர்புதான் காரணமாக இருந்தது. மறைமலையடிகள், திரு.வி.க., சோமசுந்தர பாரதியார், கா.சுப்பிரமணியனார், சாமி.சிதம்பரனானர் போன்ற பெருமக்களின் தொடர்பும் துணையும் பெரியாருக்கு இருந்தது.

திருக்குறள், பொதுமக்களிடமும் அறிஞர்களிடமும் இன்று பரவலாக வழங்குவதற்கும் பெருமையுற்றதற்கும் ஒருவகையில் பெரியார்தாம்

காரணம் என்று சொன்னால் அது மிகையாகாது. திருக்குறளுக்காக மாநாடு களை நடத்திய முதல் பேரறிஞர் அவர். தமிழ் விழாவான பொங்கல் விழாவைப் பொதுமக்கள் மிகச் சிறப்பாகக் கொண்டாடும்படி செய்தவரும் பெரியார்தான். தமிழ்மொழிக்கு ஊறு நேரும்படி, 'பிறமொழிகளைக் கட்டாயமாகப் படிக்கவேண்டும்' என்பதைத் துணிவுடன் எதிர்த்தவரும் பெரியார்தான். வேறு மொழியைக் கல்வி மொழியாக்குவதால், தமிழ்மொழி வளர்ச்சி குன்றும், தமிழ் மக்களின் முன்னேற்றமும் தடைபடும் என்று 1926-இலேயே குடியரசு இதழில் கண்டனம் தெரிவித்தார்.

மொத்தத்தில், பெரியார் ஈடுபாடு கொண்ட அரசியல், பொருளியல், குமுகாயவியல் முதலிய துறைகளைப் போலவே தமிழ்மொழித் துறையிலும், பலவகையான முன்னேற்றக் கருத்துகளைக் கூறியுள்ளார். இன்று அரசு கொண்டு வந்துள்ள தமிழ் எழுத்துச்சீர்திருத்தத்திற்கு முதன்முதலில் வழி வகுத்துக் கொடுத்தவரும் அதை நடைமுறைப்படுத்தியவரும், தந்தை பெரியார்தாம் என்பதைச் சொல்லவும் வேண்டுமோ? தமிழினத்திற்காக மட்டுமல்லாமல் தமிழ்மொழிக்கும் தொண்டு செய்த பேரறிஞர் பெரியார். உலகிற்கே பயன்படுகின்ற வகையில் அரிய கருத்துகளை வெளிப்படுத் தியவரும், மக்கள் தொண்டாற்றியவருமாகிய பெரியார், தமிழ்மொழியில் தான் பேசினார். தமிழ்நாட்டில்தான் பிறந்து வாழ்ந்தார் என்பது நமக்கெல் லாம் பெருமையன்றோ! வாழ்க பெரியார்!" என்று கட்டுரை நிறைவு பெறுகிறது.

பெரியாரின் தமிழ்மொழி குறித்த அவதூறு எவ்வளவு இரண்டகம் கொண்டது என்பதை இதனால் விளங்கிக் கொள்ளமுடிகிறது. அவ தூறுகளைப் பரப்பிக் கொண்டிருப்பவர்கள் மூலம் பெரியாரின் கருத்துகள் மறையாமல் தொடர்ந்து விதைக்கப்பட்டுக் கொண்டே வருகிறது என்பது தான் பெரியாருக்குச் சிறப்பு என்றால் மிகையில்லை

பெருந்தலைவர் கர்மவீரர் காமராசர் முதல மைச்சராக இருந்த காலத்தில் கல்வித் துறையின் பொது இயக்குநர் பொறுப்பில் இருந்த பெருமைக் குரியவர் நெ.து.சுந்தரவடிவேல் அவர்கள். பின்னர் சென்னைப் பல்கலைக்கழகத்தின் துணைவேந்த ராகவும் இருந்து, அந்தப் பொறுப்புக்குப் பெருமை சேர்த்தவர். இராஜாஜி முதல்-அமைச்சராக இருந்த காலத்தில் குலக்கல்வித் திட்டம் நடைமுறைப்படுத் தப்பட்டதோடு சுமார் 3000 ஓராசிரியர் பள்ளிகள் மூடப்பட்டன.

இதற்குக் கடுமையான எதிர்ப்பைத் தெரி வித்து தந்தை பெரியார் போராட்டங்களை நடத்தினார். இதன் விளைவாக, இராஜாஜி முதல்-அமைச்சர் பொறுப்பிலிருந்து நீக்கப் பட்டுகாமராசர்முதல்-அமைச்சர்பொறுப் புக்கு வந்தார்.

அப்போது நெ.து.சுந்தரவடிவேல் அவர்களைப் பயன்படுத்தி காமராசர் வழியாக மூடப்பட்ட பள்ளிகளைத் திறக்கச் செய்தார் பெரியார்.

புரட்சியாளர் பெரியார்

நெ.து.சுந்தரவடிவேல்

தொடர்ந்து பெரியார் கல்வியில் பெரும் புரட்சிகளைச் செய்தார். நெ.து.சுந்தரவடிவேல் தன்னைப் பெரியாரின் தொண்டராகவே நினைத்து வாழ்ந்து கல்வித் துறையில் சாதனைகள் பல செய்தவர். தந்தை பெரியாரின் நூற்றாண்டு விழாவையொட்டி, நெ.து. சுந்தரவடிவேலு புரட்சியாளர் பெரியார் என்னும் ஒரு நூலை எழுதி வெளியிட்டுள்ளார். அதன் சிற்றாவணக் கோப்பு (PDF) அண்மையில் எனக்குக் கிடைத்து. அதை முழுமையாகவும் படித்தேன்.

அந்த நூலின் இறுதிப் பகுதியில், தந்தை பெரியார் அவர்களால் இந்த சமுதாயம் எப்படி மாற்றங்களைப் பெற்றது என்பதைத் தக்க சான்றுகளுடன் விவரித்திருந்தார். அந்த விவரிப்பு என்னை மிகவும் கவர்ந்தது. ஒரு கல்வியாளர் பார்வையில் பெரியாரின் சமூகப் பணிகள் மிக அருமையாக மதிப்பீடு செய்யப்பட்டிருந்தன. நெ.து.சுந்தரவடிவேலு அவர்களின் நூலிலிருந்த சில பிழைகளை நீக்கியிருக்கிறேன், தற்காலத்திற்கான சொற்களையும் நான் பயன்படுத்தி இருக்கிறேன். இனி பெரியார் பற்றி நெ.து. சுந்தரவடிவேலு அவர்களின் பார்வையை அப்படியே தந்துள்ளேன்.

'உயர்வு தாழ்வு என்னும் உணர்ச்சியே, நமது நாட்டில் வளர்ந்து வரும் சாதிச் சண்டை நெருப்புக்கு நெய்யாய் இருப்பதால் இவ்வுணர்ச்சி ஒழிந்து அனைத்து உயிர்களும் ஒன்றென்று எண்ணும் உண்மை அறிவு மக்களிடம் வரவேண்டும்' என்னும் தனது குறிக்கோளை அடைய வாழ்நாள் முழுவதும் போராடியவர் பெரியார். அவர் எங்கோ ஒரு பாதுகாப்பான இடத்தில் இருந்து கொண்டு, தம்மை நாடி வந்தவர்களுக்கு மட்டும் புரட்சிக் கருத்துகளை எடுத்துரைப்பதோடு நின்றாரில்லை.

மனதில் பட்டதை எழுத்தில் வடித்து, அச்சாக்கி, வெளியிட்டதோடு அமைதி கொள்ளவில்லை. தற்குறிகள் நிறைந்த நாட்டில் எழுத்தில் வருவதைப் படிக்கும் ஆட்கள் சிலரே. மாறாக, சிங்கத்தின் குகைக்குள்ளே புகுந்து போராடுவதைப்போல், காலமெல்லாம் செயல்பட்டார் பெரியார். தமிழ்நாட்டில் அவர் கால்படாத இடமே இல்லை என்று சொல்லுமளவிற்கு சூறாவளிப் பயணம் செய்துகொண்டு இருந்தார். புரட்சிக் கருத்துகளை, மணிக்கணக்கில் விதைத்தார். கேள்விக் கணைகளை வரவேற்பதில், அவற்றைக் கொள்கை விளக்கத்திற்கான நல் வாய்ப்புகளாகப் பயன்படுத்தி, பதில் சொல்வதில், பெரியார் இணையற்று விளங்கினார். இச்செயல்கள் பேரலைகளை எழுப்பின.

ஏமாந்த காலத்தே ஏற்றங்கொண்டோர், வேங்கையெனப் பாய்ந்தனர்;

நரிகளென ஊளையிட்டனர்; ஆதிக்கப்புரிகள் ஆட்டங் காண்பதைக் கண்டு அஞ்சி அப்பாவி மக்களை, ஏவிவிட்டனர். அவர்கள் தன்னலக் கோட்டையைக் காக்க, எத்தனையோ சாகசங்களைக் கையாண்டார்கள். திண்ணைக்குத் திண்ணை தூற்றல்கள். மேடைகளில் அவதூறுகள். ஆசிரியர் கடிதங்களின் வழியாகத் தூண்டுதல்கள். ஆட்சியாளரை நெருக்கி வழக்கு போடுதல். இத்தனைக்கிடையிலும் தெளிந்த அறிவுடையோர், முற்போக்குக் கருத்துடையோர், தந்தை பெரியாரையும் அவருடைய இயக்கத்தின் அடிப்படைச் சிறப்புகளையும் அப்போதைக்கப்போது சுட்டிக்காட்டி வந்துள்ளனர். அவற்றில் சிலவற்றைக் கவனிப்போம்.

ஆக்ஸ்போர்டு அறிஞர் பாராட்டு

ஈரோட்டில் பெரியாரைக் கண்டு உரையாடிய ஆக்ஸ்போர்டு பல்கலைக் கழகத்தைச் சேர்ந்த திரு. பெசில் மாத்யூஸ் என்பவர், 'புறத் தோற்றத்தில் மட்டும் அல்ல, உள்ளுணர்ச்சியிலும் தோழர் ஈ.வே. ராமசாமி வில்லியம் மாரிஸ் போன்றவரே' என்பதை அவருடன் நான் பேசிக் கொண்டிருந்த 2,3 மணி நேரத்திற்குள் கண்டுகொண்டேன். பொருளற்ற எந்தப் பழைய சமுதாயக் கட்டுப்பாடுகளையும் அடியோடு தகர்த்து எறியவேண்டும் என்னும் அந்தத் துடிதுடிப்பு, காலத்திற்கு ஒவ்வாத பழக்க வழக்கங்களையும் பழமைப் பாசி படர்ந்துவிட்ட கருத்துகளையும் உடைத்தெறிய வேண்டும் என்னும் அந்த நெஞ்சழுத்தம், 'புதியதோர் உலகு செய்வோம்' என்னும் அந்த உறுதிப்பாடு, இவை அத்தனையிலும் தோழர் ஈ.வே.ரா. வில்லியம் மாரிஸ் அவர்களைப் போலவே செயல்படுகிறார்.

மாரிசைப் போலவே ஈ.வே.ராவும் மிக எளிய வாழ்க்கையே வாழ்கின்றார். 'சொந்த அச்சகத்தின் வாயிலாகவே, சொந்தக் கருத்துகளைப் பொதுமக்களுக்கு உரைப்பது வில்லியம் மாரிசுக்கும் ராமசாமிக்கும் உள்ள வியக்கத்தக்க இன்னொரு ஒற்றுமை என்பதையும் கண்டேன். தோழர் ஈ.வே. ரா. நடத்துகின்ற ஆங்கில வார இதழ் இருக்கிறதே, அதன் பெயராகிய புரட்சி (Revolt) என்பதை அவருடைய வாழ்க்கை வரலாற்றிற்கே பெயராய்ச் சூட்டிவிடலாம். அது மிகப் பொருத்தமாகவும் இருக்கும்' என்று பெரியாரின் உண்மையான உருவத்தைக் காட்டினார்.

பனகல் அரசர்

சென்னை மாகாணத்தின் முதல் அமைச்சராக விளங்கிய, பனகல் அரசர் சர்.பி.ராமராய நிங்கவாரு, 1928இல் ஈ.வே.ராமசாமியைப் பற்றி 'மதிப்பு வாய்ந்த எனது நண்பர் தோழர் ஈ.வே.ராமசாமி தற்காலத்தில் பெரிய சமூகச் சீர்திருத்தக்காரர் ஆவார். அவர் சமூகச் சீர்திருத்தத்தை மிகவும் புனிதமாகக் கருதுகிறார். தம் கருத்தை நிறைவேற்றுவதில் அவர்

எத்தகைய தியாகமும் செய்யத் தயாராயிருக்கிறார். எந்த ஒரு கொள்கையைத் தாம் நேர்மையானதாக எண்ணினாரோ, அதற்காக அவர் பலதடவை சிறை சென்றதும் உங்களுக்குத் தெரியும். சமூகச் சீர்திருத்தக் கொள்கை முன்னேற இன்னும் எத்தனை தரம் வேண்டுமானாலும் சிறைக்குப் போகவும் மற்றும் தமது உயிரையே கொடுக்கவும் தயாராயிருக்கிறார். 'சமூகச் சீர்திருத்தத் துறையில் பலர் பல ஆண்டுகள் பாடுபட்டுப் பயன் பெறாமல்போன வேலையைச் சில ஆண்டுகளில் இவர் பயனளிக்குமாறு செய்து விட்டார்' என்று உரைத்தார்.

சென்னை மாகாண ஆளுநர்

பிற்காலத்தில், சென்னை மாகாணத்தில் ஆளுநராக இருந்த சர்.கே.வி.ரெட்டி நாயுடு 1928இல் பெரியாரை எப்படி மதிப்பிடுகிறார் என்று பார்ப்போம். 'தனக்கு ஒன்றை உரியதாக்கிக் கொண்டு, அதையே தம் முழுவேலையாகவும் கொண்டு, பல்லாண்டுகளாக வேலை செய்கிற ஒருவருக்கு இரண்டு அல்லது மூன்று சிறப்பான குணங்கள் அமைய வேண்டும். அவ்விதக் குணங்கள் அமைந்தவர்கள் இத்தென்னிந்தியா முழுவதும் தேடினாலும் நமது நாயக்கரைத் தவிர, வேறு யாரையும் கண்டுபிடிக்க முடியாது. அத்தகைய குணங்கள் எவையெனில், முதலாவது தைரியம்; இரண்டாவது தியாகம்; மூன்றாவது தம்முடைய வேலையை எவ்வாறு நடத்தி அனுபவத்திற்குக் கொண்டுவருவது என்பது.

'தோழர் ராமசாமி உண்மையான சிங்கம்! சிங்கத்தின் இருதயத்தைப் பெற்றிருக்கிறார். வாழ்க்கையில் அச்சமென்பது அவருக்கு இன்னதென்றே தெரியாது. அத்தகைய அச்சமின்மை இருந்தாலொழிய இத்தகைய செயல்களில் யாரும் வேலை செய்யமுடியாது. 'அவர் எவ்விதத் தியாகமும் செய்யத் தாயாராயிருக்கிறவர். 'பழைய காலத்து வீரர்கள் தங்கள் ஆயுதத்தைப் பயன்படுத்தியதுபோல, தோழர் ராமசாமி தமது பேனாவை அச்சமின்றி எங்கும் செலுத்துகிறார்' என்று புகழ்ந்துரைத்துள்ளார்.

எஸ்.குமாரசாமி ரெட்டியார்

தன்மான இயக்கத்தின் பகுத்தறிவு ஒளி தமிழ்நாட்டோடு நிற்க

வில்லை. அது பிற மாநிலங்களிலும் தொலைத்தொடர்புகள் அற்ற காலத்திலேயே பரவிற்று. 'இந்த இயக்கமானது மக்களின் பேதத்தையும் அறியாமையையும் உயர்வு தாழ்வையும் ஒழிப்பதற்கு ஏற்பட்டதாகும். இவைகள் ஒழிந்தால் தானாகவே சுயமரியாதை உதயமாகிவிடும். இவ்வியக்கம் நாட்டில் எவ்வளவு பரவியிருக்கிறதென்பதற்குப் பம்பாய் முதலிய வெளி மாநிலங்களில் சுயமரியாதை மாநாடுகள் கூடுவதும் அவைகளில் செய்யப்படும் தீர்மானங்களும் போதிய சான்றாகும்' என்று 20.7.1929இல் திருநெல்வேலியில் நடந்த, மாவட்ட இரண்டாவது சுய மரியாதை மாநாட்டில், அம் மாநாட்டைத் திறந்துவைத்த எஸ்.குமாரசாமி ரெட்டியார் விளக்கினார்.

எஸ். இராமநாதன்

பெரியாரோடு சேர்ந்து காங்கிரசு தொண்டாற்றி, கதரைப் பரப்புவதில் துணை நின்று, பின்னர், வகுப்புரிமைக்குப் போராடும் பொருட்டு, காங்கிரசை விட்டுப் பெரியாரோடு வெளியேறியவர், எஸ். இராமநாதன், எம்.ஏ.,பி.எல். ஆவார். அவர் தன்மான இயக்கத்தில் பல்லாண்டு, பெரியாருக்குத் துணையாக விளங்கியவர். அவர் பெரியாரைப்பற்றிக் கூறும்போது, 'வைக்கம் வீரர் என்பவர் ஒரு மனிதரல்லர். அவர் எனக்கு ஒரு மனிதராகத் தோன்றவில்லை. ஒரு கொள்கையாகவே தோன்றுகிறார். அந்தந்த நாடுகளில் இவரது கொள்கை நிலைக்கக் காணலாம். மற்றும் தீவிரமாக எந்த மக்கள் உரிமைப் போராட்டம் புரிகின்றாரோ அந்த மக்கள் இந்தக் கொள்கையையே கொண்டிருப்பதையும் காணலாம்' எனக் குறிப்பிடுகிறார்.

கலப்புத் திருமணம்

பகுத்தறிவுப் பகலவன், தன்மான இயக்கத் தந்தை, பெரியார் ஈ.வே. ராமசாமி அரை நூற்றாண்டுக்கு மேலாக அயராது பாடுபட்டதன் விளைவாகக் கலப்புத் திருமணங்கள் சர்வ சாதாரணமாகிவிட்டன. இயக்கத்தின் ஒத்துழைப்பிலும் இயக்கத்திற்கு அப்பாலும் எண்ணற்ற கலப்புத் திருமணங்கள் ஆண்டுதோறும் நடைபெறுகின்றன. எல்லாச் சாதிகளிலும் எல்லாப் பெரிய குடும்பங்களிலும் பிற சாதிக் கலப்பு மணம் நடைமுறை வாழ்க்கையாகி விட்டதைக் காண்கிறோம். சாதிக்குள்ளேயே திருமணம் என்பதை அநேகமாக, சமுதாய ஏணியின் கீழ்படிக்கட்டுகளிலும், பொருளியலில் அடிமட்டத்திலும் இருப்போர் மட்டுமே பின்பற்றி வருகிறார்கள். புரோகிதமற்ற திருமணங்கள், அய்ம்பதாண்டு காலத்தில், இலட்சக்கணக்கில் நடந்துள்ளன. 'இராகு கால' திருமணங்களும் எண்ணற்றன.

1967ஆம் ஆண்டு சுயமரியாதைத் திருமணச் செல்லுபடி சட்டத்தை முதல்-அமைச்சர் அறிஞர் அண்ணா நிறைவேற்றி வைத்தது, தன்மான இயக்கத்திற்குப் பெரும் வெற்றியாகும். புரோகிதர்களை, சடங்குகளை, நீக்கிவிட்டுத் திருமணம் செய்துகொண்டோர், வைதீக முறையிலேயே திருமணம் செய்து கொண்டவர்களைவிட அதிக சிறப்போடு வாழ்வதைக் காணும் இளைஞர் உலகம், அடுத்தபடிக்கு முன்னேறுவதாக; பதிவுத்

திருமணங்களைச் சிக்கனமாகச் செய்து கொள்ளும் பழக்கத்திற்கு வருவதாக செய்திகள் கூறுகின்றன.

கோயில் நுழைவு

தீண்டாமை ஒரு குற்றச்செயல் என்று அரசியல் சட்டத்தில் இடம் பெற்றுள்ளது. இது பெரியாரின் கொள்கைக்கு வெற்றியாகும். வழக்காடத் துணிவிருந்தால் எவ்வகையில் எவ்வுருவில் தீண்டாமையைக் காட்டினாலும் அவர் தண்டிக்கப்படுவார். அண்மையில் தமிழ்நாட்டில் ஓர் ஊரில், ஆதி திராவிடர் ஒருவருக்குக் கொட்டாங்குச்சியில் தேனீர் ஊற்றியதற்காக, ஓட்டல்காரர் தண்டிக்கப்பட்டார். தீண்டாமை ஒழிப்பதற்காகப் போராடிய பெரியார், வைக்கத்தில் வெற்றி கண்டார். கல்பாத்தியில், சுசீந்திரத்தில் அதன்பின் விளைவைக் கண்டார். தமிழ்நாட்டிலுள்ள எல்லாக் கோயில்களிலும் எல்லாச் சாதியாரும் போகலாம் என்னும் சட்டம் நடைமுறையில் இருப்பதை, பெரியார் தம் வாழ்நாளிலேயே கண்டார்.

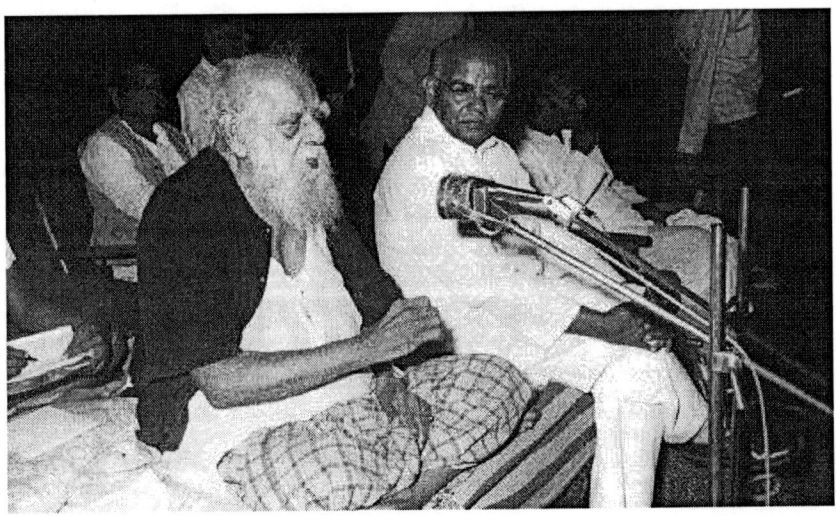

சமுதாயத்தின் கீழ்ப் படிக்கட்டுகளில் உள்ள பல சாதியார் சமைப்பதை மற்ற சாதியார் ஒன்றாய் இருந்து உண்பதை நடைமுறையாக்கிவிட்டார். சாதி ஏற்றத்தாழ்வைக் காட்டும் அடையாளமாக, ஓட்டல்களில், ‘பிராமணாள்’ என்னும் அறிவிப்பு அநேகமாகப் பறந்து போய்விட்டது. பொதுக் குளங்கள், கிணறுகள், வீதிகள் ஆகியவற்றை எல்லோரும் பயன்படுத்தும் நிலை உருவாகி, பல ஆண்டுகள் ஆகிவிட்டன. சிற்சில சிற்றூர்களில், விட்டகுறை தொட்டகுறையாக, சாதி வேற்றுமை பாராட்டப்படுகிறது.

அவ்விடங்களிலும் எல்லா வகையிலும் வேற்றுமை அடியோடு தொலை வதற்காகப் பாடுபடவேண்டியது நம் கடமையாகும்.

இன்றைய நடைமுறைப்படி பார்ப்பனர்கள் மட்டுமே தமிழ்நாட்டுக் கோயில்களின் கருவறைக்குள் செல்லலாம். இம்முறை பார்ப்பனர் அல்லாதாரை இழிவுபடுத்துதலாகும். எனவே கோயில் கருவறைக்குள் எல்லோரும் நுழைவதற்காகக் கிளர்ச்சி செய்யப் பெரியார் திட்டமிட்டிருந்தார். அதை நடத்தி வெற்றி பெறுவதற்குள் மறைந்துவிட்டார். பின்தலைமுறைக்கு அத்தொண்டை விட்டுவிட்டுப் போயிருக்கிறார்.

யாவர்க்கும் "அர்ச்சகர்" தொழில் உரிமை

சாதி வேற்றுமையின் அடிப்படையில் சிலர்தான் இன்ன தொழிலைச் செய்யலாம் என்றும், மற்றவர்கள் செய்யக்கூடாது என்றும் இருக்கும் முறை அவர்களை இழிவுபடுத்துவதாகும். இந்த இழிவும் நீங்க வேண்டுமென்பதற்காக, எல்லோரும் அர்ச்சகராகலாம் என்று பெரியார் போராடியதும், அதற்கு வழி செய்யும் சட்டத்தைத் தமிழக அரசும், சட்டமன்றமும் ஒருமனதாக 12.1.71-இல் நிறைவேற்றியதும் உரிமை விவகாரம். அதற்குத் தடையாக அரசியல் சட்டம் என்னும் 'நந்தி' படுத்திருப்பதாக உச்சநீதிமன்றத்தின் தீர்ப்பு கூறியுள்ளது. சட்டம், மனிதர்களை வாழவிட வேண்டும்; சரிநிகர் சமானமாக வாழவிட வேண்டும். அதற்கு ஏற்றாற்போல் மாற்றி அமைக்கப்பட வேண்டும்.

தாழ்த்தப்பட்டவர் வாழ்வில் மறுவாழ்வு

கீழ்வெண்மணி, விழுப்புரம், அரக்கோணம், கடலூர் ஆகிய ஊர்கள் ஆதிதிராவிடர்களுக்கு இழைத்த கொடுமைகள் வேதனையின் நினைவாலயங்களாகக் காட்சியளித்தாலும் இன்று ஆதி திராவிடர்களைக் கட்டிவைத்து, அடித்து, சாணிப்பால் ஊற்ற முடியாது. பேருந்துகளில், இரயில் வண்டிகளில், எட்டி உட்காரு என்று எவரையும் நாட்டுப் புறங்களில் கூடச் சொல்லமுடியாது. சிற்றூர்களிலும் உள்ளூர்களிலேயே ஆதி திராவிட ஆசிரியர்கள் பணி புரிகிறார்கள். மேட்டுக்குடி மாணவர்கள், அவர்களைக் கண்டால், எழுந்து நின்று, 'வணக்கம் அய்யா' என்று கும்பிடும் நிலை பெரும்பாலான ஊர்களில் உருவாகிவிட்டது.

புரட்சியாளர் பெரியார்-2

நீதியரசர் அ. வரதராஜன்,
உச்ச நீதிமன்றத்தின் முதல் பட்டியல் இன நீதிபதி

நீதிமன்றங்களில் உயர்நீதி மன்றம் உட்பட ஆதிதிராவிட நீதிபதிகள் இடம் பெற்றுள்ளனர்; பெரியாரின் தொண்டு அந்த அளவுக்கு வெற்றி கண்டுள்ளது. அந்த நீதிபதிகளை உயர் சாதி இந்துக்கள் பார்ப்பனர்கள் உள்பட 'மை லார்ட்' (My Lord) அல்லது 'யுவர் ஆனர்' (Your Honour) என்று

அழைப்பதைப் பார்க்கின்றோம். எத்தனையோ ஊர்களில், ஊராட்சித் தலைவர்களாக ஆதிதிராவிடர்கள் இருக்கிறார்கள். ஊராட்சி மன்றம் முதல் நாடாளுமன்றம் வரை ஆதிதிராவிடர்களுக்கு இடம் கிடைத்திருக்கிறது.

சாதிப் பெயர் மறைவு

சாதிக் குறிகளைப் போட்டுக்கொள்ளக்கூடாதென்று முதல் சுய மரியாதை மாநாட்டிலேயே முடிவு செய்யப்பட்டது. இந்த முடிவுக்கு தொடக்கத்தில் கிண்டலும் ஏளனச் சிரிப்பும் பரிசாகக் கிடைத்தன. ஆனால் கால ஓட்டத்தில் அம்முடிவு நடைமுறையாகி விட்டது. வெறும் சந்தானமாக, ஈசுவரனாக, சிவச்சைலமாக, பக்தவத்சலமாக, நடராசனாக, சாமிநாதனாக, மகாராசமாக, சோமசுந்தரமாகப் பெயரை மடக்கிக் கொள்வதே இக்கால நாகரீகம்.

துண்டு போட்டுக்கொண்டு நாயனம் வாசிக்கக்கூடாதென்று சிவக்கொழுந்துவுக்கு கானாக்காத்தான் ஆணையிட, அதை எதிர்த்துத் தன்மான இயக்கத்தின் பீரங்கி அஞ்சாநெஞ்சம் அழகிரிசாமி போராடிய நிலையிலிருந்து எவ்வளவு தொலைவுக்கு முன்னேறி விட்டோம்! 1971 ஆம் ஆண்டு டிசம்பர் திங்கள் சென்னையில் நடந்த தமிழ் இசை விழாவில், தொடக்க நாளன்று, மேடையில் முன்வரிசையில் அமர்ந்திருந்த அய்வரில் செட்டிநாட்டு அரசர், ஆளுனர் K.K.ஷா தவிர, மற்ற மூவரும் கலைக் குடும்பங்களைச் சேர்ந்தவர்கள். அவர்கள் நாயனக் கலைஞர் வீராசாமி, நட்டுவக் கலைஞர் வழுவூர் ராமையா, இசைக் கலைஞர் மதுரை சோமு ஆவார்கள். அம்மூவரும் பளபளக்கும் சொக்காய் போட்டிருந்தார்கள்; அழகிய நீண்ட மேல் துண்டு அணிந்திருந்தார்கள். இவற்றையெல்லாம்விட மேலான பெருமை ஒன்றை உணர்ந்தேன். இம்மூவரில் எவரும் நாற்காலி யின் விளிம்பில் உட்கார்ந்துகொண்டு அரசருக்கு, ஆளுனருக்குச் சமமாக உட்காரலாமா என்று சங்கடப்படவில்லை. அத்தகைய சிறப்புக்கே பிறந்த வர்கள்போல், தன்னம்பிக்கையோடு, அமைதியாக உட்கார்ந்திருந்தார்கள். இதுதானே பெரியாரின் வெற்றி!

நட்டுவக் கலைஞர் வழுவூர் ராமையா, இசைக் கலைஞர் மதுரை சோமு

எதிர்க்கருத்து கொண்டோரும் புறந்தள்ள முடியாதது சுயமரியாதை

இயக்கம். இயக்கத்தைச் சாடிக்கொண்டிருந்த ஒருவரின் வாயால் சுய மரியாதை இயக்கத்தின் சாதனை உளமாரப் பாராட்டப்பட்டதை நான் நேரில் கேட்டு மகிழும் பேறுபெற்றேன். பெரியார் ஆதரித்த நீதிக்கட்சி யைச் சாடுவதையே காங்கிரசுத் தொண்டாகக் கொண்டிருந்த மூத்த தியாகி ஒருவரின் படப்பிடிப்பு இப்போது நினைவிற்கு வருகிறது.

திரு.மீ.பக்தவத்சலம் தமிழ்நாட்டின் கல்வி அமைச்சராக இருந்த காலம். நான், தமிழ்நாட்டின் பொதுக்கல்வி இயக்குநராக இருந்தேன். அலுவல் பற்றி, கல்வி அமைச்சரைக் காண, அவர் இல்லத்திற்குச் சென்றேன். வரவேற்பு அறையில் பலர் காத்துக்கொண்டிருந்தார்கள். அவர்களில் ஒருவர் என்னிலும் மூத்தவர். தமிழ்நாட்டு காங்கிரசு வட்டாரத்தில் பெரிய புள்ளி. நான் உள்ளே வருவதைக் கண்டதும் அவர் எழுந்து, முன்னே வந்து, என் கையைப் பிடித்துக் குலுக்கினார்.

'நன்றாக இருக்கிறீர்களா?' என்று நான் அவரைக் கேட்டேன். பொங்கும் மகிழ்ச்சியைக் கட்டுப்படுத்த முடியாமல், 'மிக நன்றாயிருக்கிறேன். ஒரு குறையும் இல்லை. மகாத்மா காந்தி புண்ணியத்தில், நாட்டுக் கிருந்த இழிவு போயிற்று. பெரியார் எங்கள் கோவை செங்குந்தர் (இசை வேளாளர்) சாதிக்கு இருந்த இழிவைப் போக்கிவிட்டார். அதில் உங்களுக்கும் பங்கு உண்டு அது பற்றித்தான் உங்களிடம் எனக்குப் பற்று. இரண்டு இழிவுகளும் துடைக்கப்பட்டுவிட்டதை எண்ணி மகிழ்ச்சியோடு வாழ்கிறேன் என்றார். இருவர் கண்களிலும் மகிழ்ச்சிக் கண்ணீர் துளிகள் கரைகட்டின. கோவை சி.பி.சுப்பய்யா இப்படிப் பாரட்டியபோது, நான் பெரியார் கொள்கை யாளனாக வாழ்வதைப் பற்றிப் பரவசமானேன்.

அரசியல் சூழலில் மாற்றம்

பெரியாரின் வாழ்நாள் போராட்டம் சமுதாய மாற்றத்தோடு நிற்க வில்லை; அரசியல் சூழ்நிலையையே மாற்றிவிட்டது. ஏழைப் பங்காளர் காமராசரும், பேரறிஞர் அண்ணாவும், கலைஞர் கருணாநிதியும் தமிழ் நாட்டில் முதல் அமைச்சர்களாக விளங்கிய சமுதாய நிலையை உருவாக்கியது, பெரியாரின் சமுதாயப் புரட்சி வெற்றி பெற்றதற்கு அடையாளம். திராவிடப் பாரம்பரியத்தைச் சேர்ந்தவர்களும் அதை மதிக்கிறவர்களும்தான் தமிழ்நாட்டை ஆள முடியும் என்னும் நிலை உருவாகியுள்ளது. இது பெரியார் அளித்த கொடையாகும்.

1925இல் வகுப்புரிமைத் தீர்மானத்தைக் காஞ்சி மாநில மாநாட்டில்

வாதிப்பதற்கும் விடவில்லை. ஆனால் அதே காங்கிரசின் சார்பில் காமராசர் அமைச்சரவை அவ்வகுப்புரிமையைக் கருத்திற்கொண்டு செயல்பட்டது. எல்லாப் பகுதியினருக்கும் கல்வி நிலையங்களில், அரசுப் பதவிகளில் உரிய பங்கு கிடைக்கும்படி பார்த்துக்கொண்டது. ஆகவே, வகுப்புரிமை பற்றிய பெரியாரின் கொள்கை வென்றது, பெரியார் வென்றார்.

இலவசக் கல்வி

பார்ப்பனர் அல்லாதார் அனைவரும் அவர்களுக்குச் சமமாகக் கல்வி அறிவு பெற வேண்டுமென்று கனவிலும் நனவிலும் பெரியார் நினைத்து வந்தார். அக்கொள்கையும் வெற்றி பெற்றதைக் கண்டோம். நம் மக்கள் உள்ளங்களையும் சமுதாயச் சூழ்நிலையையும் 'எல்லார்க்கும் கல்வி' என்னும் கொள்கைக்கேற்பப் பண்படுத்தி வந்தார், தந்தை பெரியார். உழுது பரம்படித்து வைத்திருந்த தமிழ்நாட்டு வயல்களில், கல்விப் பயிரைச் செழிக்க வைத்தார், கர்மவீரர் காமராசர். பகல் உணவு என்னும் நீரைப் பாய்ச்சினார்; இலவசக் கல்வி என்னும் உரத்தையிட்டார்; சீருடை என்னும் களையெடுப்பைச் செய்தார். எல்லாச் சாதிப் பையன்களும் பெண்களும் படிக்கப்போனார்கள்; முன்னர்க் காணாத அக்கறையோடு படித்தார்கள். நன்றாகத் தேர்ச்சி பெறவும் தலைப்பட்டார்கள். இவ்வளர்ச்சி பொதுக் கல்வியோடு, பள்ளிக் கல்வியோடு நிற்கவில்லை. கல்லூரிக் கல்விக்கும் தொழில் கல்விக்கும் பரவிற்று.

பள்ளி இறுதிவரை இருந்துவந்த இலவசக்கல்வி முறையை 1969இல் புகுமுக வகுப்பிற்கும் விரிவுபடுத்தி அன்றைய முதலமைச்சர் கலைஞர் கருணாநிதி ஆணையிட்டார். இது ஏழைகளின் மேல்படிப்பிற்குத் தூண்டு கோலாயிற்று. முன்னர், மேல்சாதிக்காரர்களே அமெரிக்கா போன்ற நாடு களுக்கு அலுவல் பற்றி போவார்கள். இப்போது பல சாதிக்காரர்களும் பிற நாடுகளில் பணிபுரிகிறார்கள்.

இன்று தமிழ்நாட்டில் வடமொழி கற்பிக்கும் பள்ளிகள் கல்லூரிகள் நீங்கிய மற்ற எல்லாக் கல்வி நிலையங்களிலும் ஒடுக்கப்பட்டவர்கள் படிப்பதைக் காணலாம்.

வடநாட்டில் எதிரொலி

இன்றைக்கும் பீகார், உத்திரபிரதேசம் போன்ற மாநிலங்களில் பின் தங்கிய வகுப்பாருக்கு நூற்றுக்கு இருபது இடங்களைக் கல்லூரிப் படிப்பிலும் வேலை வாய்ப்புகளிலும் ஒதுக்க முனையும்போது சொல்லி முடியாத கலவரங்கள் நடக்கக் காண்கிறோம். இங்கோ அய்ம்பது ஆண்டு களுக்கு முன்பே, வகுப்புரிமை விரிந்த அளவில் செயல்பட்டது. புதிய அரசியல் சட்டம் அதை ஓரளவு முடமாக்கியது. இருப்பினும் பெரியார்

கிளர்ச்சி செய்து, பின்தங்கியவர்களுக்கும் இடம் ஒதுக்கீடு செய்யலாம் என்னும் திருத்தத்தைக் கொண்டுவரச் செய்து வெற்றி கண்டார்.

உயர் கல்வியில் முன்னேற்றம்

அதன் விளைவாக, தொழிற் கல்வியிலும் வேலைகளிலும் பின் தங்கியவர்களுக்கும் பெருமளவு நீதி வழங்க முடிந்தது. 1975ஆம் ஆண்டு எம்.ஏ., எம்.எஸ்ஸி., எம்.காம். சேர்க்கைகளில், தாழ்த்தப்பட்டவர்களும் பின்தங்கியவர்களும் சேர்ந்து மொத்தத்தில் நூற்றுக்கு எழுபது இடங்கள் போல் பிடிக்க முடிந்தது. பார்ப்பனர்களுக்குப் பத்துப்பதினைந்து விழுக்காடு கிடைத்திருக்கலாம். இந்தச் சமவாய்ப்புப் பெருக்கு பெரியாரின் இயக்கத்தின் பெரும்பயனாகும்.

ஆண்களுக்குச் சமமாகப் பெண்களும் படிக்கவேண்டும் என்பது பெரியாரின் சூடுதணியாத கொள்கை. இன்னும் அந்நிலை கைகூடா விட்டாலும் அதை நோக்கித் தமிழ்நாடு விரைகிறது. 1978ஆம் ஆண்டு பொறியியல் கல்லூரிகளுக்காக 1055 பேர்களைப் பொறுக்கியெடுத்தார்கள். அந்தப் பட்டியலில் 196 பெண்கள் இருந்தார்கள். இன்னும் அய்ந் தாண்டுகளில் பெண்கள் எண்ணிக்கை உயர்ந்து மாணவர்களும் மாணவியர்களும் சமமாகி விடுவார்களென்று எதிர்பார்க்கலாம்.

பெண்களை ஆசிரியர் தொழிலுக்கும் மருத்துவத் தொழிலுக்கும் மட்டும் எடுப்பது போதாது. காவல்துறையிலும் இராணுவத்திலும் சேர்க்க வேண்டுமென்று 1931ஆம் ஆண்டு விருதுநகரில் நடந்த இரண்டாவது சுய மரியாதை பெண்கள் மாநாட்டில் முடிவு செய்தார்கள். தற்போது காவல் துறையில் பெண்களும் ஆண்களுக்கு இணையாகப் பணியாற்றுகின்றனர்.

கல்விமுறை, மாணாக்கரின் சிந்தனையைத் தூண்டுவதாக அமைய வேண்டும் என்னும் திட்டம் இன்றும் இலட்சியமாகவே இருக்கிறது. இலக்கியப் பகுதி என்னும் பேரால், நாம் தலைமுறை தோறும் மூட நம்பிக்கைப் பகுதிகளை நுழைத்துக்கொண்டும் சொல்லிக் கொடுத்துக் கொண்டும் வருகிறோம். இம்முறையை மாற்றுவது வருங்காலத் தலை முறையின் பொறுப்பாகும்.

இந்தி எதிர்ப்புக் கொள்கையில் பெரியார் இன்றுவரை வெற்றி பெற்று வந்துள்ளார். பள்ளிகளில் இந்திப் பாடம் எடுக்கப்பட்டுவிட்டது. நாளை என்ன ஆகும்?

சமூகவியல், பொருளியல் முறைகளைப் புதிய கண்ணோட்டத்தோடு கண்டு, அவற்றை அடியோடு மாற்றி அமைக்க அரும்பாடுபட்ட பெரியார், மொழிபற்றியும் புதிய, புரட்சிகரமான கண்ணோட்டம் உடையவராக விளங்கினார்.

தமிழ் மொழி பற்றிய ஆய்வு

கடவுள், சமயம் ஆகியவற்றிற்குப் புனிதத்தன்மை கற்பித்து வந்ததை வன்மையாகத் தாக்கிய பெரியார், நம் தாய்மொழியாம் தமிழ் மொழிக்கு மரபுவழி கூறப்படும் புனிதத்தன்மையை எள்ளி நகையாடினார்.

அதே சமயம் தமிழ்மொழியின் சிறப்பையும் எடுத்துக்காட்டத் தவறியதில்லை. அவரது கூற்றுப்படி தமிழ், நம் நாட்டுத் தட்பவெப்ப நிலைக்கேற்ப அமைந்துள்ளது. இந்திய நாட்டின் வேறெந்த மொழியையும்விடத் தமிழ் நாகரீகம் பெற்று விளங்குகிறது.

தூயதமிழ் பேசுவதால் - மற்ற வேற்று மொழிச் சொற்களை நீக்கிப் பேசுவதால் நம்மிடையேயுள்ள இழிவுகள் நீங்குவதோடு மேலும் மேலும் நன்மையடைவோம் என்பதோடு நம் பழக்கவழக்கங்களுக்கேற்ப நம் மொழி அமைந்திருக்கிறது. வேறு மொழியைப் புகுத்திக் கொள்வதன்மூலம் நம் அமைப்புக் கெடுவதோடு அம்மொழியமைப்பிலுள்ள நம் நலனுக்குப் புறம்பான கருத்துகள், கேடு பயக்கும் கருத்துகள், நம்மிடைப் புகுந்து நம்மை இழிவடையச் செய்கின்றன.

தென்னாட்டு மொழிகளை ஒப்பிட்டுக் கூறும்போது, அவர் 'என் சிற்றறிவிற்கு, என் அனுபவத்திற்கு, ஆராய்ச்சிக்குத் தமிழ், தெலுங்கு, கன்னடம், மலையாளம் ஆகிய நான்கும் தனித்தனி மொழிகளென்றோ அல்லது தமிழ் தவிர மற்ற மூன்றும் தமிழிலிருந்து பிரிந்த மொழிகளென்றோ தோன்றவில்லை. ஒரே மொழி அதாவது தமிழ்தான் நான்கு இடங்களில் நான்குவிதமாகப் பேசப்பட்டு வருகிறது என்று குறிப்பிட்டார்.

தமிழ் மொழி வளர்ச்சிக்காக அதில் செய்யப்பட வேண்டிய சில சீர்திருத்தங்களைப்பற்றி நாற்பத்தைந்து ஆண்டுகளுக்கு முன்னரே தெளிவு படுத்தினார். 'தமிழ் மிகுதியும் நம் முற்போக்குக்கு ஏற்றபடி செம்மைப் படுத்தப்பட வேண்டும். மக்கள் கற்க மேலும் இலகுவாக்கப்பட வேண்டும். பயனுள்ள பரந்த மொழியாக்கப்பட வேண்டும்.'

ஆகவே, பிறர் எளிதாகத் தமிழ் மொழியைக் கற்றுக்கொள்ளவும், எளிதாக அச்சுக்கோக்கவும், தட்டச்சு அடிக்கவும், தமிழ் எழுத்துகளை மாற்றவேண்டும் எனக் குறிப்பிட்டு, அதற்கு அடிப்படைக் காரணத்தையும் தெளிவுபடுத்தினார். 'மொழி என்பது உலகப்போட்டிப் போராட்டத்திற்கு ஒரு போர்க்கருவியாகும். போர்க்கருவிகள் காலத்திற்கேற்ப மாற்றப்பட வேண்டும். அவ்வப்போது கண்டுபிடித்துக் கைக்கொள்ள வேண்டும்' என்றார்.

நூற்றாண்டுகளைக் குளிகைக்குள் அடக்கியவர் எழுத்துச் சீர்திருத்தம்

தமிழ் எழுத்துச் சீர்திருத்தம் பற்றி துல்லியமான கருத்து கொண்டிருந்தார் பெரியார். ஓர் ஆழ்ந்த ஆராய்ச்சியே நடத்தியிருப்பதற்கான சான்றுகள் அவர் தரும் முறைகளில் பரவலாகக் காணப்படுகின்றன. தமிழில் எழுத்துகள் அதிகம். ஞாபகத்தில் இருத்தவேண்டிய தனி உருவ எழுத்துகள் அதிகம்.

தமிழ் உயிர் எழுத்துகளில் ஐ, ஔ ஆகிய இரண்டு எழுத்துகளைக் குறைத்துவிடலாம். இவை இரண்டும் தேவையில்லாதவை. மேலும் இவை கூட்டெழுத்துகளே ஒழிய, தனி எழுத்துகள் அல்ல. அவற்றுக்கு மாற்றாக ஐ=அய், ஔ=அவ் என எழுதலாம். இப்படிக் குறைப்பதால் மொத்தத்தில் 38 எழுத்துகள், அதாவது உயிரெழுத்து ஐ, ஔ ஆகிய இரண்டும் அவை ஏறும் மெய்யெழுத்துகள் 2x18=36, ஆக மொத்தம் 38 எழுத்துகள் ஞாபகத்திற்கும் பழக்கத்துக்கும் தேவையில்லாதவை ஆகிவிடும்.

மற்றும் மெய்யெழுத்துகளில் இகரம், ஈகாரம், உகரம், ஊகாரம் ஆகிய நான்கு குறில் நெடில் எழுத்துகள் கொண்ட 18x4=72 தனி உருவ எழுத்துகளை நீக்கிவிட்டு, தனிச் சிறப்புக் குறிப்பை உண்டாக்கி உயிர்மெய் 10, மெய் 18, குறில் நெடில் குறிகள் 9, ஆய்தம் 1 ஆகிய 38 தமிழ் எழுத்துகளாகச் சுருக்கிவிடலாம். அடுத்தபடியாக, மெய்யெழுத்துகளில், ந, நு, ஞு ஆகிய மூன்றையும் எடுத்துவிடலாம். ன்+த=ந, ன்+க=நு, ன்+ச=ஞு என்று ஆக்கிவிடலாம். இப்படிச் செய்தால் உயிர் 5, மெய் 15, சிறப்புப் பகுதி 8, ஆய்தம் 1 மொத்தம் 29 உருவ எழுத்துகளிலேயே கூடத் தமிழ் எழுத்துகளின் எண்ணிக்கையைச் சுருக்கிவிடலாம்.

எப்படியும் தமிழ் எழுத்துகள் குறைக்கப்படவேண்டும். கற்கும் குழந்தைகள் மூன்று மாதங்களில் படிக்கத் துவக்கலாம் என்பதுதான் என் ஆசை என்று தன் உள்ளக்கிடக்கையை வெளியிட்ட பெரியார், இந்த எழுத்துச் சீர்திருத்தம் செய்வதால் தமிழ் மொழிக்கோ, இலக்கணத்திற்கோ எவ்விதக் குறைபாடோ கேடோ விளையாது என்று உறுதி கூறினார். எனினும் நினைத்தோம், சொன்னோம், செய்தோம் என்று மின்னல் போக்கில் பெரியார் செயல்படவில்லை. உரியவர்களின் உளப்போக்கை மாற்றி ஒப்புதல் பெறவே முனைந்தார். பெரியாரின் முதல் தளபதிகளில் ஒருவராகிய திரு.குருசாமி 1932இல் துறையூரில் நடந்த தமிழர் மாநாட்டின் முன் எழுத்துச் சீர்திருத்தம் பற்றிய தீர்மானம் ஒன்றை வைத்தார். அதை ஆலோசனைக்கு எடுத்துக்கொள்ளாமல் மாநாட்டுத் தலைவர் தள்ளிவிட்டார்.

1933 ஆம் ஆண்டின் கடைசியில் சென்னையில் நடந்த தமிழன்பர் மாநாட்டிற்கு எழுத்துச் சீர்திருத்தம் பற்றிய தீர்மானத்தை, திருவாளர்கள் கே.எம். பாலசுப்ரமணியம், சேலம் ஆர்.நடேசன், சாத்தான்குளம் அ.இராகவன் ஆகியோர் கையெழுத்திட்டு அனுப்பி வைத்தார்கள். மாநாட்டில் அத்தீர்மானம் எடுத்துக்கொள்ளப்பட்டது. இதைப்பற்றி, நுணுக்கமாக ஆய்ந்து கருத்து சொல்ல, பதினோரு பேர்கள் கொண்ட குழுவொன்று அமைக்கப்பட்டது. ஆனால் அக்குழு கூடவேயில்லை. பெரியார் ஓராண்டு காலம் பொறுத்திருந்துவிட்டு, *1.1.1935* முதல் தமிழ் நெடுங்கணக்கில் பலவற்றைப் புதிய முறையில் அமைக்கத் தலைப்பட்டார்.

ணா, னா, றா, ணொ, னொ, றொ, ணை, னை, லை, ளை போன்ற எழுத்துகளின் பழைய வரி வடிவத்தை மாற்றி தற்போதைய நடைமுறை வரிவடிவில் எழுதுதல் ஆகும். பெரியாரின் 'குடி-அரசு', 'புரட்சி', 'பகுத்தறிவு', 'விடுதலை' இதழ்கள் இம் முறையைப் பின்பற்றின. 'குடி-அரசு' வெளியீடுகள் மேற்கூறிய எழுத்து மாற்றங்களைக் கையாண்டன.

திரு. ஓமாந்தூர் இராமசாமி முதலமைச்சராகவும், திரு.டி.எஸ். அவினாசிலிங்கம் கல்வியமைச்சராகவும் இருந்தபோது தமிழ் எழுத்துச் சீர்திருத்தம் பற்றி ஆய்ந்து ஆலோசனை கூற, பல தரப்பினர்களையும் கொண்ட குழுவொன்று நிறுவப்பட்டது. அதில் பன்மொழிப் புலவர் டாக்டர் மீனாட்சி சுந்தரனார், டாக்டர் மு.வரதராசனார், கல்கி கிருஷ்ணமூர்த்தி முதலியோர் இடம் பெற்றிருந்தனர். அக்குழு, பெரியார் கையாண்ட எழுத்துச் சீர்திருத்தங்களை ஆதரித்துப் பரிந்துரைத்தது. அரசு அப் பரிந்துரைகளைப் பார்த்து ஆணையிடுவதற்கு முன், அமைச்சரவையில் மாறுதல் ஏற்பட்டது. புதிய அமைச்சரவை, இதைப்பற்றி முடிவெடுக்காமல், காலங் கடத்திவிட்டது. இப்படி இருபத்து இரண்டு ஆண்டுகள் உருண்டோடின. இதற்கிடையே தமிழகப் புலவர் குழு, பெரியாரின் எழுத்துச் சீர்திருத்தத்தை ஏற்றுக்கொள்வதாக முடிவு செய்தது.

பின்னர், தந்தை பெரியாரின் நூற்றாண்டு விழாவினை ஆண்டு முழுவதும் சிறப்பாகக் கொண்டாடுவதென்று மாண்புமிகு எம்.ஜி. இராமச்சந்திரன் தலைமையில் பாராட்டுதலைப் பெற்றது. விழாக்களைத் திட்டமிட ஓர் உயர்மட்டக் குழுவொன்று டாக்டர் நெடுஞ்செழியன் தலைமையில் நியமிக்கப்பட்டது. அக்குழு, விழாக் கொண்டாட்டங்களுக்கு அப்பால், நிலையாக நிற்கக்கூடிய, பெரியாருக்கு உடன்பாடான, சில ஆலோசனைகளைக் கூறிற்று. அதில் ஒன்று, பெரியார் கையாண்ட தமிழ் எழுத்து முறையைப் பின்பற்றுவது என்பதாகும். ஒருமனதாகக் கூறப்பட்ட இப்பரிந்துரையைத் தமிழக அரசு உடனடியாகக் கவனித்து, ஏற்றுக் கொண்டு ஆணை பிறப்பித்தது, போற்றத்தக்கதாகும்.

பெரியார் கையாண்ட எழுத்து முறைகளில் 'ஐ' என்பதை 'அய்' என்றும், 'ஔ' என்பதை 'அவ்' என்றும் எழுதுவதும் அடங்கும். மேற்படி அரசு ஆணைக்குப் பிறகு இதைப்பற்றிச் சிலர் சலசலப்பை எழுப்பினார்கள். அரசின் சார்பில் மறுபரிசீலனை செய்வதாக அறிவிக்கப்பட்டது. 'ஐ', 'ஔ' என்பவை ஓரொலி எழுத்துகள் அல்ல, ஈரொலிகள் சேர்ந்தவை. அவற்றைப் பெரியார் செய்த சீர்த்திருத்தத்தின்படியே இனிக் கையாளுவதற்கு உரிய திருத்தத்தை அரசு மேற்கொள்ளலாம்.

பெரியாரின் எழுத்துச் சீர்திருத்தம் அவருடைய புரட்சிகரமான சிந்தனையின் வெற்றிக்குச் சான்றாக விளங்குவதோடு, தமிழ் அச்சுக்கும், தட்டச்சுக்கும் உதவியாக அமையும் என்பது உறுதி.

பெண்களின் திருமண வயது

பெண்களின் திருமண வயது **16**-க்கு மேற்பட்டிருக்க வேண்டுமென்று அய்ம்பது ஆண்டுகளுக்கு முன்பு, செங்கல்பட்டு சுயமரியாதை மாநாட்டில் முடிவு செய்தபோது, புருவங்களை நெறித்தார்கள்; வசைமாரி பொழிந்தார்கள். இன்று இது சட்டமாகிவிட்டது. நடை முறையில், எண்ணற்ற பெண்கள், பதினெட்டு இருபது வயது வரை திருமணம் செய்து கொள்ளாதிருக்கிறார்கள். பழைய காலத்தில், இது ஓயாத பேச்சுக்கு இடமாகும். இப்போது அப்படியில்லை. ஒவ்வொரு சுயமரியாதை மாநாட்டிலும் பெண்களுக்குச் சொத்துரிமை வேண்டுமென்று முடிவெடுக்கப்பட்டது. அதுவும் பலித்துவிட்டது. ஆண் பெண் இருவருக்கும் ஒரே மாதிரியான சொத்துரிமை என்னும் கொள்கை சட்டமாகிவிட்டது.

பழையகாலம் போல், மூன்றுநாள் திருமணம் தேடினாலும் கிடைக்காது. பெரும்பாலான திருமணங்கள் ஒன்றரை நாள் திருமணங்களாகி உள்ளன. புரோகிதம் நீங்கிய திருமணங்கள் ஒரு வேளைத் திருமணங்களாகி உள்ளன. இதில் மேலும் செலவுக் குறைப்புக்கும் காலச் சிக்கனத்திற்கும் இடம் இருக்கிறது. இத்தகைய சீர்திருத்தங்களை இளைஞர்கள் போதிய துணிவோடு முன்னிலும் அதிகமாக நடைமுறைப்படுத்துவார்களாக.

'அளவான குடும்பம் வளமான வாழ்வு' என்னும் கொள்கையைத் தென்னகத்துப் பொது மக்களிடையே பரப்பிய முன்னோடி தந்தை பெரியார் ஆவார். அப்போது கிண்டல் செய்தவர்களே ஆட்சியாளராக மாறியபோது, அதைத் தீவிரமாகச் செயல்படுத்த முனைந்தது பெரியாரின் மற்றோர் கொள்கைக்கு வெற்றியாகும்.

மத அடையாளமற்ற அரசு அலுவலகங்கள்

வெவ்வேறு சமய நம்பிக்கை உடையவர்கள், நம்பிக்கையில்லாதவர்கள்

ஆகிய அனைவருக்கும் பொதுவான அலுவலகங்கள், கல்வி நிலையங்கள், பொது அமைப்புகள் ஆகியவற்றில் கடவுள் படங்கள் இருத்தலாகாது, பூசைகள் நிகழ்த்தலாகாது என்று பேரறிஞர் அண்ணாதுரை முதலமைச்சராக இருந்தபோது ஆணையிட்டார். பல பொது இடங்களில் இவ்வாணை செயல்படுத்தப்படவில்லை என்பது வருத்தமூட்டுவதாகும். பொதுக் கூட்டங்களின் தொடக்கத்திலாவது முடிவிலாவது அரசு வாழ்த்து, கடவுள் வணக்கம், தலைவர் வணக்கம் பாடக்கூடாதென்ற தன்மான இயக்க முடிவு, அவ்வியக்கத்திற்கு அப்பால் செயற்படவில்லை.

எத்தனையோ சிலை திருட்டுகள் வாரந்தோறும் வெளியாகின்றன. தமிழ்நாட்டு நாத்திகர் எவரும் எந்தச் சிலைத் திருட்டுக் குற்றத்திற்கும் ஆளாகவில்லை என்பது பெரியாருக்குப் பெருமை; பகுத்தறிவு இயக்கத் திற்குச் சிறப்பு; நாத்திகர்கள் மற்றவர்களைவிட ஒழுக்கச்சீலர்களாக, உண்மையாளர்களாக, நேர்மையாளர்களாக இருக்க வேண்டுமென்று, தந்தை பெரியார் கற்றுக்கொடுத்த பாடத்தைத் தன்மான இயக்கத்தவர்கள், கசடறக் கற்றுக்கொண்டார்கள்; கற்றபடி நிற்கிறார்கள் என்பதற்குச் சான்றாக விளங்குகிறது.

கடவுள் நம்பிக்கை கோயில் வழிபாடு, இவைகளைப் பொறுத்தமட்டில் இலட்சக்கணக்கானவர்கள் இந்நம்பிக்கையிலிருந்து விடுபட்டு வாழ்ந்து வருகிறார்கள். ஆயினும் கோடிக்கணக்கானவர்கள் சமயநம்பிக்கையை விட்டபாடில்லை. சிலை வணக்கத்தை ஒதுக்கியபாடில்லை. இவற்றிற்காக, பொருளையும் நேரத்தையும் சிந்தனையையும் பழையபடியே பாழாக்கி வருகிறார்கள். தாமே, நேரே, பொருள் படாடோபமின்றி, வழிபடும் அளவுக்குக்கூடப் பெரும்பாலான ஆத்திகர்கள், தெளிவோ, துணிவோ பெறவில்லை. 'ஏட்டிக்குப் போட்டி' மக்கள் பிரிவில் எங்கும் உள்ள மனநோயாகும். தமிழர்களுக்கோ இந்நோய் அளவுக்குமீறி செறிந்துள்ளது. எனவே, பலவேளை, தங்கக்கூரை, வெள்ளித்தேர் போன்ற தேவையற்ற ஆடம்பரங்களில், வழிபாட்டின் பேரால், திளைக்கிறார்கள். இது பெரியாருக்கோ அவரது கொள்கைக்கோ இழுக்கல்ல. தமிழர்களுடைய சிந்தனைப் போக்கிலுள்ள குறைபாடுதான். வெளிச்சத்தில் இருக்க வேண்டு மென்பதற்காக சமுதாயத்திற்குத் தவறான வழிகாட்டும் 'பெரியவர்களின்' கோணல் புத்தி.

சமதர்மத் திட்டம்

1932 ஆம் ஆண்டு டிசம்பர் திங்கள் *28, 29* தேதிகளில் ஈரோட்டில் சுயமரியாதைத் தொண்டர்கள் கூட்டத்தைக் கூட்டி அதில் சமதர்மத் திட்டம் ஒன்றை முன்வைத்து நிறைவேற்றியதை முன்னரே கண்டோம். பொருளியல்

அமைப்பை மாற்றும் கொள்கையைப் பெரியார் வீரமாகப் பரப்பி வந்தார். இரயில்வே துறை நாட்டுடைமையாக வேண்டுமென்பது பெரியார் தீட்டிய சமதர்மத் திட்டத்தின் ஓர் பகுதியாகும். அது பலித்துவிட்டது. சாலைப் போக்குவரத்துகள், நாட்டுடைமை ஆக வேண்டுமென்பது அத்திட்டத்தின் மற்றோர் கிளை. அதுவும் பெருமளவு பலித்துவிட்டது. கப்பல் போக்கு வரத்து இனி நாட்டுடைமை ஆகவேண்டும். விமானப் போக்குவரத்து நாட்டுடைமையாகிவிட்டது எல்லோரும் அறிந்ததே. தொழில் துறைகள் போன்ற உற்பத்திச் சாதனங்களின் நிர்வாகத்தையும் அதன் இலாபத்தையும் தனிப்பட்ட மனிதர்கள் அடையாமலிருப்பதற்கு வேண்டிய நடவடிக்கை களை அரசியல் அமைப்புகளின் வழியாகச் செய்ய வேண்டுமென்னும் பெரியாரின் சமதர்மத் திட்டத்தை நீதிக்கட்சி ஏற்றுக்கொண்டது. ஆனால், அதற்குப் பிறகு அக்கட்சிக்கு ஆளும் வாய்ப்பே கிட்டவில்லை.

சமத்துவத் தலைவர்

ஈராண்டு காலம் தமிழ்நாட்டின் முதல் அமைச்சராக விளங்கிய பேரறிஞர் அண்ணா, பெரியார் எனும் பகுத்தறிவுப் பல்கலைக்கழகத்தின் தலை மாணாக்கர் ஆவார். அவர் 'விடுதலை வரலாறு' என்ற நூலில் பெரியாரைப் படம் படித்துக் காட்டுகிறார்.

'கல்லூரி காணாத கிழவர். காளைப் பருவம் முதல் கட்டுக்கடங்காத முரடர். அரசியல் நோக்கத்துக்கான முறையிலே, கட்சி அமைப்பு இருக்க வேண்டுமென்று அறியாத கிளர்ச்சிக்காரர். பொதுமக்கள் மனம் புண்படுமே; புண்பட்டவர்கள் கோபத்தால் பேசுவரே, ஏன் வீணாக அவர்களின் ஆத்திரத்தைக் கிளப்ப வேண்டுமென்று யூகமாக நடந்துகொள்ள மறுப்பவர். அவர், யார் யாரைத் தூக்கி விடுகிறாரோ, அவர்களாலேயே தாக்கப்படுவர். யாரைக் காண வேண்டுமோ அதற்கேற்ற கோலம் வேண்டாமா என்ற யோசனை அற்றவர். தமிழ் ஆங்கிலத் தினசரிகளின் ஆதரவு இல்லாதவர். ஆரிய மதம், கடவுள் எனும் மூடமந்திரங்களைச் சாடுவதன் மூலம் கேடு வருமென்று எச்சரிக்கும் போக்கினரின் இசைக்குக் கட்டப்பட மறுப்பவர்...'

மேற்கூறியபடி பெரியாரின் ஆளுமையைக் காட்டிய அண்ணா, அவருடைய சாதனைகளைப்பற்றிப் பின்வருமாறு குறிப்பிடுகின்றார்.

'பெரியார், எந்த நாட்டிலும் இரண்டு நூற்றாண்டுகளில் செய்து

முடிக்கக்கூடிய செயல்களை இருபதே ஆண்டுகளில் செய்து முடித்திருக் கிறார். "அய்ரோப்பா கண்டத்தை எடுத்துக்கொண்டால், நாட்டினுடைய விழிப்பினுக்கு அய்ம்பது ஆண்டுகள், அமைந்த ஆட்சியை மாற்றுவதற்கு அய்ம்பது ஆண்டுகள் என்ற அளவில், ஒரு பகுத்தறிவு மனப்பான்மையைத் தோற்றுவிப்பதற்காக வால்டேர், ரூசோ, இப்படித் தொடர்ச்சியாகப் பல பேர் வந்து வந்து இரண்டு மூன்று நூற்றாண்டுகள் பாடுபட்டுத்தான், பகுத்தறிவுப் பாதையில் அந்த நாடுகள் செல்ல முடிந்தது.

'நூற்றாண்டுகளைக் குளிகைக்குள் அடக்குதல்' இது ஆங்கில வழக்கு ஆகும். சில மருந்துகளை உள்ளடக்கிச் சில மாத்திரைகளில் தருவதுபோல, பல நூற்றாண்டுகளை இருபது ஆண்டுகளில் அடைத்துத் தம்முடைய வாழ்நாளிலேயே சாதித்துத் தீரவேண்டுமென்று அறிவோடும் உணர்ச்சியோடும் நெஞ்சு ஊக்கத்தோடும் யார் வருகிறார்கள், யார் போகிறார்கள் என்பதைக்கூட இரண்டாந் தரமாக வைத்துக் கொண்டு, எந்த அளவு முன்னேறுகிறோம் என்பதைக் காண்பதிலேயே குறிக்கோளாக, வாழ்க்கை முழுவதும் போராட்டக்களத்தில் நின்றார் பெரியார்.

பழைய வடிவம்	சீர்திருத்த வடிவம்
ணா	ணா
ணை	ணை
ணொ	ணொ
ணோ	ணோ
லை	லை
ளை	ளை
றா	றா
றொ	றொ
றோ	றோ
னா	னா
னை	னை
னொ	னொ
னோ	னோ

வாழ்நாள் முழுவதும் புரட்சிகரமான போராட்டங்களில் ஈடுபட்டி ருந்த பெரியாரும் மனச்சோர்வு கொள்ளும்வேளை இருந்தது. முதலமைச்சர் அண்ணா, கொடும் நோய்க்கு ஆளாகி, மருத்துவத்திற்காக அமெரிக்கா செல்ல நேர்ந்தது, பெரியாரைப் பெரிதும் உலுக்கிற்று. அப்போது ஏற்பட்ட மனச்சோர்வை, தன் பிறந்த நாள் மலர்க் கட்டுரையில், 'நான் துறவியாகிவிடுவேனோ என்னவோ' என்று வெளிப்படுத்தினார். இதைக் கண்ணுற்ற அறிஞர் அண்ணா, அமெரிக்காவிலிருந்து கவலையோடு 'தங்கள் பணி, மகத்தான விழிப்புணர்ச்சியைச் சமுதாயத்தில் கொடுத் திருக்கிறது. புதியதோர் பாதை மக்களுக்குக் கிடைத்திருக்கிறது. நான் அறிந்த வரையில், இத்தனை மகத்தான வெற்றி வேறு எந்தச் சமூகச் சீர்திருத்தவாதிக்கும் கிடைக்கவில்லை, அதுவும் நமது நாட்டில். ஆகவே, சலிப்போ, கவலையோ கொள்ளத் தேவையில்லை' என்று எழுதினார்.

பெரியார், சமதர்மக் கொள்கையைப் பரப்பி, வளர்த்து, மக்களின் ஆதரவைப் போதிய அளவு பெற்று, 'எல்லார்க்கும் எல்லாம் இருப்பதான திசை நோக்கி' நம் நாட்டை நடத்திச் செல்லும் பணியில் வெற்றி பெறு வதற்கு முன்பே மறைந்துவிட்டார். ஈராயிரம் ஆண்டுகளாகத் தூங்கிக் கிடந்த தமிழ் மக்களைத் தட்டியெழுப்பியவர் தன்மான இயக்கத் தந்தை பெரியார் ஈ.வே.ராமசாமி ஆவார்.

அடிமையிலும் இழிவிலும் நெடுங்காலம் ஆழ்ந்து கிடந்ததால், தன்மானமே இன்றி, மரக்கட்டைகளாகக் கிடந்த பார்ப்பனரல்லாதாரை உலுக்கி, 'நீ மனிதன், பகுத்தறிவு பெற்ற மனிதன். ஆகவே பகுத்தறிவுக்கே முதல் இடம் கொடு. கடவுளை மற; மனிதனை நினை. பிறப்பால் உயர்வும் இல்லை; தாழ்வும் இல்லை. ஆணும் பெண்ணும் சமம்; மனைவி, மலிவான வேலைக்காரியல்ல; வெறும் விளையாட்டுப் பொம்மையல்ல; நகைமாட்டியல்ல; வாழ்க்கைத் துணை. உயிருள்ள, உரிமையுள்ள வாழ்க்கைத் துணை. எனவே, இருவரும் தோழமையோடு வாழுங்கள்' என்று அய்ம்பது ஆண்டுகள் போல அய்ம்பதாயிரம் கூட்டங்களிலாவது அறிவு புகட்டிய பகுத்தறிவுப் பகலவன் தந்தை பெரியார் ஆவார்.

'சமதர்ம வாழ்வே மனித வாழ்வு; முழு வாழ்வு; எல்லோர்க்கும் எல்லாம் கிடைக்கச் செய்யும் வாழ்வு. சமதர்ம முறையின்கீழ் மட்டுமே மனிதன் சமத்துவ வாழ்வு வாழமுடியும்' என்பதை நாற்பது ஆண்டுகளுக்கு மேலாக விளக்கி விளக்கி ஒளிவிட்ட சமத்துவ ஞாயிறு, தந்தை பெரியார் ஆவார்.

சிந்தனையிலே, பேச்சிலே, எழுத்திலே கனல் கக்கி, இரும்பாக இருந்தவர்களை உருக்கி, சிந்திக்க வைத்த பெரியாருக்கு ஒரு தனிச் சிறப்பு உண்டு. அது என்ன? பெரியாரின் தொண்டர்கள் எத்தகையோர்? அவர்கள் எத்தகைய தியாகத்திற்கும் தயங்காத தற்கொலைப் பட்டாளம். அரை நூற்றாண்டு காலம் சாதி வெறி, அதைத் தாங்கிக் கொண்டு வரும் சமயப்பற்று, மூடநம்பிக்கை ஆகியவை சேர்ந்த காட்டு வெள்ளத்தில் எதிர்நீச்சல் போட்டு வரும் பெரும்படை. தன்னேரில்லாத புரட்சிப் படையை நாற்பத்து எட்டு ஆண்டுகள் முழுக்கட்டுப்பாட்டில் நடத்திவந்த படைத் தலைவர் தந்தை பெரியார் ஆவார்.

பெரியார் அரை நூற்றாண்டு காலம் நடத்திய எண்ணற்ற கிளர்ச்சி களில், மறியல்களில், போராட்டங்களில், எந்த ஒன்றிலும் பொதுச் சொத்துக்குச் சேதம் விளைவித்ததில்லை; தனியார் பொருளுக்கு நட்டம் ஏற்படுத்தியதில்லை.

ஒருமுறை கத்தி வைத்துக்கொள்ளுங்கள். நாள் குறிப்பேன்; அப்போது என்ன செய்வதென்று சொல்லுவேன்' என்றும், மற்றோர் முறை 'தீப்பந்தமும் பெட்ரோலும் ஆயத்தம் செய்து கொள்ளுங்கள். நான் நாள் குறித்து, என்ன செய்வதென்று ஆணையிடப்போகிறேன்' என்றும் கட்டளையிட்டார். அப்போதும் வன்முறைக்கு இடங்கொடுக்கவில்லை; முன்னரும் இடம் விட வில்லை; பின்னரும் வழிவிடவில்லை, இவ்வளவு புரட்சிகளைப் பொழிந்து கொண்டிருந்த ஒரு தலைவர், இத்தனை நீண்ட காலம் எவருக்கும் எதற்கும் தீங்கு விளையாதபடி தன்னியக்கத்தவர்களைக் கட்டிக் காத்ததில், பெரியாருக்கு இணை எவருமிலர்.

தந்தை ஈ.வே.ராமசாமி வயதில் அறிவில் பெரியார்; சிந்தனையில் பெரியார்; தொண்டில் பெரியார்; சிறைக்கூடத்தைத் தவக்கூடமாக இருபத்தோறு முறை கொண்ட பெரியார், சாதனையில் பெரியார் குறிக்கோளை நோக்கிப் பீடுநடை போட்டதில் பெரியார்.

'தந்தை பெரியார் வங்கத்தில் தொண்டாற்றியிருந்தால், இந்நூற்றாண்டின் காரல் மார்க்ஸ் எனப் போற்றி மகிழ்ந்திருப்பார்கள். பீகாரிலோ, உத்திரபிரதேசத்திலோ, தொண்டாற்றியிருந்தால், இந்திய லெனினாக்கி, சமதர்மத்தை இதற்குள் நிலைநாட்டி நிமிர்ந்து நிற்பார்கள். போயும் போயும் தமிழ்நாட்டு 'சூத்திரர்களுக்குப் பாடுபட்டாரே! தந்தையை நினைப்போம். தொண்டைத் தொடருவோம். சாதியொழிந்த, வறுமையற்ற, எல்லோரும் வாழும், நன்றாக வாழும், ஒன்றாக வாழும் இந்தியாவை உருவாக்குவோம். மக்கள் இனத்தோடு சமமாகக் கலந்துவிடுவோம். சிந்தனையில், செயலில், மக்கள் இனத் தொண்டில், சாதனையில், தனக்கென வாழாமையில், உலகப் பெரியாராக விளங்கிய தந்தை பெரியார் அவர்களை எண்ணும்தோறும் பகுத்தறிவு விளங்குவதாக; சமத்துவ உணர்வு பொங்குவதாக; சமதர்ம உணர்வு கொப்பளிப்பதாக; தொண்டு உள்ளம் வளர்வதாக; துணிவு பெருகுவதாக; பொதுநல உணர்வு சுரப்பதாக; எளிமையும் வாய்மையும் ஒளிர்வதாக. எல்லோரும் வாழ, நன்றாக வாழ, ஒன்றாக வாழ உழைப்போமாக' - என்று கல்வியாளர் நெ.து.சுந்தரவடிவேல் அவர்கள் தந்தை பெரியார் புரட்சியாளர் என்பதற்கான ஆதாரங்களைக் காட்டி உறுதி செய்துள்ளார்.

நெ.து.சுந்தரவடிவேல் அவர்கள் குறிப்பிடுவதுபோல், தான் ஏற்படுத்திய புரட்சியின் நல்விளைவுகளைக் கண்குளிரப் பார்த்த உலகின் ஒரே புரட்சியாளர் தந்தை பெரியார் என்பதுதான் அவருக்கு உள்ள பெரிய பெருமை எனில் அது மிகையில்லை எனலாம்.